அகலிகை

மீரா விமல்ராஜ்

பொருளடக்கம்

1

கட்டாயக் கல்யாணம்

மதுமதி,விக்ரம்...புதிதாய் மணமான தம்பதிகள் விக்ரம்...

கட்டாயத்தின் பேரில் அவளை மணம் புரிந்தான்...

திருமணம் முடிந்து ஒரு வாரம் ஓடிவிட்டது...இருவரும் ஆனால் அந்த பந்-தத்தில் அடியெடுத்து வைக்கவில்லை...

விக்ரம் ஆஃப்பீஸ் சென்று வருவது...உண்பது என்றே இருந்து விட்-டான்...மனைவியை சற்றும் கவனிப்பதில்லை..

தாமரை இலைத் தண்ணீர் போல...ஒரு வாழ்க்கை

மதுமதி...தன் கணவனின் குணம் அறிந்து ஒரு நாள் மாறுவான்...என்று அமைதி காத்தாள்...

இப்படியே...ஒரு மாதம் கடந்தது...

ஒரு நாள்... டிராபிக்கில் மாட்டிக் கொண்டான் விக்ரம்...அப்போது அவன் கண்ட ஒரு காட்சி..அவனைத் திகைக்க வைத்தது..

50 வயது மதிக்கத்தக்க...ஒருவர்...தன் மனைவியை தோளில் சுமந்து கொண்டு... வருவோரிடம் எல்லாம் உதவிக்கு கேட்டு கொண்டிருந்தார்...

ஐயா...தருமம் பண்ணுங்கையா...என்று கெஞ்சிக் கொண்டு...இருந்தார்.. இதைப் பார்த்த அவன் மனம் துடித்தது...

அவரிடம் சென்று கேட்டான்..ஏன் உங்கள் மனைவியை இப்படி தோளில் சுமந்து செல்கிறீர்கள் என்று..

அதற்கு அவர்.."ஐயா,திருமணமான நாள் முதலாய் என் மனைவி என்னைத் தாங்கினார்...இப்போது அவளுக்கு உடல் நலம் இல்லை... என்னில் பாதி அவள்..அவளை விட்டு விட முடியுமா???..என் இறுதி மூச்சு உள்ளவரை அவளை நான் தாங்குவேன்...என்று கூறினான்...சிலிர்த்துப் போனான்..விக்ரம்...

நாளைய வாழ்க்கை அவர்களுக்கு கேள்விக்குறியாக இருந்தபோதும்... அவரு-டைய...மன உறுதி...அவனை அசைத்து விட்டது...

நிச்சயம் இல்லாத வாழ்க்கையில்...நிஜத்தைத் தொலைத்த அவன் தீர்க்கமாய் ஒரு முடிவு மனைவிக்கு...மல்லிப்பூ...ஸ்வீட்..பழங்கள்...என்று வாங்கிக் கொண்டு சென்றான்....காதலுடன்... தன்னவளைப் பார்க்க...

2

பிரியாணி

அறையின் உள்ளே இருந்து...இருமல் சத்தம் ப்ச்ச்.. கல்யாணி அதிர்ந்து இருமிக் கொண்டு காய்ச்சல்...சளி.. போதாக்குறைக்கு...ஆஸ்துமாவும் சேர்ந்து படுத்தியது...அவளை...

மருத்துவர்கள் கை விரித்தனர்...இனி அவருக்கு வைத்தியம் பார்ப்பது இயலாது...உடல் பலவீனம்.. மருந்தின் வீரியம்...என்று...நாளை எண்ணிக் கொண்டிருந்தார்...கல்யாணி...

இன்று அவளின் பேரன்...பிறந்த நாள்...அடுப்படியில் இருந்து...வாசனை வந்தது...பிரியாணி...தான்... ஆட்டுக் கறிதான்...மும்முரமாக செய்து கொண்டிருந்தாள்... ஜானகி...

நேற்றே சொல்லி விட்டாள்...தன் கணவனிடம்.. மூன்று மாதம் போல் ஆகியது...இந்த பிரியாணிக்கு வீடே ஆவலாக இருக்கிறது... ருசி பார்க்க. ...

காரணம்...தன் மாமியாருக்கு நோய் முற்றி விட்டது தான்...கடந்த மாதங்களில்... ஹாஸ்பிடல் மருந்து வைத்தியம்...என்று நேரமின்மை... பண நெருக்கடி...இன்று எப்பாடு பட்டாகிலும் பிரியாணி...செய்தே ஆக வேண்டும்...என்ற அவா...

ஜா....ஜா...ஜா..கி...பெரும் குரல் எடுத்தார்.. அவள் மாமியார்...

ஜானகியின் காதில் விழுந்தால் தானே... பிரியாணி அவளை இழுத்து கட்டி போட்டி விட்டு இருந்தது.

மதியம்...1.30..மணி... ஆவலோடு வந்தான்... சங்கர்...கொலைப் பசியில இருக்கேன் ஜானு... புள்ளைய கூப்பிடு...டேய் பிரதீப் வாடா...

ச...ச...ங்க..ர்...கர்.த.ண்ணி..த...ண்ணி...என்று...கூப்பிடும் தெய்வத்தை... யாரும்...சட்டை செய்யவில்லை...இறுமிக் கொண்டு இருந்தாள்... வலியில்...துடித்தாள்...கண்களில் அருவி போல் நீர்...அவன் என்னவென்று

பார்க்க கூட அருகில் வரவில்லை... சலித்துக் கொண்டான்...

ச...ச...ங்க..ர்...கர். த..ண்ணி...த...ண்ணி...என்று.. கூப்பிடும் தெய்வத்தை...
யாரும்...சட்டை செய்யவில்லை...இறுமிக் கொண்டு இருந்தாள்...
வலியில்...துடித்தாள்...கண்களில் அருவி போல் நீர்...அவன் என்னவென்று
பார்க்க கூட அருகில் வரவில்லை... சலித்துக் கொண்டான்...

ஜானகியோ..ச்சே...ஒரு நல்ல நாள்ள கூட நிம்மதியா இருக்க
முடியல...தலையில் அடித்துக் கொண்டாள்....

கல்யாணியின் இருமல் சத்தம்...கொஞ்சம் கொஞ்சமாக குறைந்தது...விக்கல்
எடுத்தது... தலை சுழன்றது...கண்கள் நிலை குத்தியது...வாசலைப்
பார்த்தது...மகனின் வருகை எண்ணி...

உணவுப் பண்டங்கள் டேபிளில் வைத்து...ரெடியாக....

சூடாக பரிமாறவும் நின்று இருந்தாள் ஜானு...

அம்மா...அம்மா...மா..மா... அவன் அழைக்க... சத்தம் இல்லை...சிலை
போல் அதிர்ந்து... நின்றான்...தலையை...அசைத்தான்...அது ஒரு பக்கமாக
சாய்ந்தது...அம்மா...ஆ...ஆ...

ஜானகி...ஓடோடி வந்து...பார்த்தாள்... அதிர்ச்சி உற்றாள்...

டேபிளின்...மீது வைக்கப்பட்ட உணவுப் பண்டங்கள்...மற்றும்...பிரியாணி ...
அங்கே அவர்களைப் பார்த்து சிரித்துக் கொண்டு இருந்தது.????..இப்போ
என்னை ருசிப் பார்ப்பிங்களா...என்று!!!

குடும்பமே..அதிர்ச்சியில் இருக்க..

பிரியாணியை சீண்ட யாரும் இல்லை இப்போது..

பிரியாணி யா? கொக்கா?

3

மனக்கதவு

ராஜசேகரன் கொதித்து போய் இருந்தார்....கோபத்தின் உச்சியில் இருந்த அவர் மனம்...ஆறாத ரணமாய்...என்ன ஒரு துணிச்சல் இருந்தா அவன் இப்படி செய்து இருப்பான்...கண்கள் இரண்டும் கோவைப் பழமாய் சிவந்து இருந்தன.... ஜானகிக்கு என்ன செய்வது என்று தெரியாமல்....அவளும் ஒரு புறம்...அழுது கொண்டு இருந்தாள்...தன் கணவனை என்ன சொல்லித் தேற்றுவது...என்று புரியவில்லை....அவர் அருகே சென்றால்...மேலும் கோபம் அதிகமாகும்...என்று நினைத்து முதல் மாடியில்...தனது அறையில் அமர்ந்து அழுது கொண்டு இருந்தாள்....அந்த தாய் மனம் பின்னோக்கி...சென்றது...நினைவு...அலைகளை நோக்கி....

ராஜசேகரன் ஜானகி தம்பதியற்கு ஒரே ஒரு...செல்ல மகன்...மாதவ்...28 வயது இளைஞன்...வசீகர தோற்றம் கொண்ட அழகன்... நல்ல உடல் கட்டுக் கொண்டவன்... பொறியியல் பட்டதாரி...தன் தந்தையின்...ஜானகி கன்ஸ்ட்டக்ஷன்ஸ்...நிறுவனத்தை...முழு பொறுப்பு எடுத்துக் கொண்டு அதை இன்றுவரை திறம்பட... நிர்வகிப்பவன்...பொறுப்புள்ள திறமையுள்ள...நிர்வாகியாக தானே எல்லா பணிகளையும்...நேர்த்தியாக...முன்னின்று செய்பவன்...அப்படிப்பட்டவன்...இன்று...செய்த செயல்...தான் தந்தையின்...கோபத்திற்கு காரணம்...அப்படி என்ன செய்தான்???? தந்தை தாய் சொல் கேளாமல்..தான் காதலித்த ஒரு பெண்ணை...திருமணம் செய்து இருந்தான்... இது போதுமே...அவருடைய...கோபத்தை அதிகரிக்க...

திருமணம் செய்ததோடு நில்லாமல்... தன் தாய் தந்தை இடம் ஆசிர்வாதம் வாங்கவும் வந்தான்...வாசலில் நின்றான்...பெற்ற தாய் உள்ளம் பதறியது...ஜானகி வாசலுக்கு வந்தாள்...இருவரையும் பார்த்தாள்...அவளுக்கு ஆரத்தி எடுத்து உள்ளே அழைத்துப் போக மனம் ஆசைப்பட்டது....ஆசைப் பட்ட தெல்லாம்...

நடந்து விடுவது இல்லயே.... ஜானகீ.. கீ.. கணவரின்..கோபமான கத்தலால்...அதிர்ந்து போய் கைகளைப் பிசைந்து கொண்டு...நின்றாள்...

அப்பா...என்னை மன்னிச்சிடுங்க...நான் செய்தது தப்பு தான்...ஆனாலும் எனக்கு வேற வழி தெரியல... நீங்க பாக்குற பொண்ணை என்னால நிச்சயமா கல்யாணம் பண்ணிக்க முடியாது....

ஒஹ்ஹ்... தொரைக்கு...தானா முடிவு எடுக்க வேண்டிய பக்குவம்... வந்துருச்சோ...

அப்பா...அப்படி இல்லப்பா...

வேற எப்படி....

அது வந்துப்ப...நா ஏற்கனவே இவளை கல்யாணம் பண்ணிக்கிறேன்னு வாக்கு குடுத்துட்டேன்.....தயங்கி தயங்கி சொன்னான்...

இங்க பாரு...மாதவ்...இனி சொந்தம் கொண்டாடி கிட்டு....இந்த வீடு வாசலை... மிதிக்காதே...வீட்டை விட்டு வெளிய போய்டு...என்று சொல்லி விட்டு...வாசல் கதவை வேகமாக மூடினார்....தன் மனக் கதவையும் மூடி விட்டார் என்று தான் சொல்ல வேண்டும்...

என்னங்க அவன் நம்ம பிள்ளைங்க... பாசம் காட்டி வளர்த்த பிள்ளை இல்லன்னு ஆகிடுமா....தயவு செஞ்சு கூப்பிடுங்க.... உங்க கால்ல விழெறென்....டேய் மாதவ் உங்க அப்பா கால விழுந்து மன்னிப்பு கேளுடா....

அம்மா... அப்பா என்னை மன்னிச்சிடுங்க எங்களை போக சொல்லாதீங்க....

வெளிய போ....ருத்ர தாண்டவம் ஆடினார்...பிறகென்ன...மாதவ் தன் புது மனைவி அஸ்வினி உடன் வெளியேறினான்...அவன் இதை எதிர்பார்த்து தான் வந்தான்...இப்படி நடக்கும் என்று யூகித்து அவளிடம் சொல்லி இருந்தான்...

ஆனாலும் மாதவ் தன் வீட்டு நினைவில் வருத்தமுடன் இருந்தான்...நாட்கள் மாதங்கள் ஆகியது...மாதவ் அஸ்வினி காதல் குறைய வில்லை...அன்பு சிறிதளவும்...மாறவில்லை அவன் அவளை நன்றாகவே பார்த்துக் கொண்டான் காரணம்...அவள் ஓர் அனாதை...படிக்கும் போதே காதலித்தனர்...இப்போது திருமணம் செய்து கொண்டாலும் .. அவன்...பிறந்த வீட்டைப் பற்றிக் கவலைப்படுகிறான் என்று...நினைத்து மிகவும் வருந்தினாள்...தனக்காக...அவர்களை உதறி விட்டு...தன்னை நன்றாகப் பார்த்துக் கொள்ளும் கணவன் கிடைக்க உண்மையில் அவள் புண்ணியம் செய்திருக்க வேண்டும் என்றே எண்ணினாள்...தன்னால் தான் மாதவ் குடும்பத்திற்கு...இத்தனை வேதனை... என்று மனம் உடைந்தாள்....இதற்கு பிராயச்சித்தம் செய்ய வேண்டி என்ன செய்யலாம் என்று யோசித்தாள்....

மறுநாள்...மாதவ் தன் தந்தையின் ஆபீஸுக்கு கிளம்பினான்..

ஏங்க மாமா அங்க வருவாரா...நீங்க பாப்பீங்களா...

ஏன் கேக்குற... அப்பாக்கும் புள்ளைக்கும் ஆயிரம் இருக்கும்...

சரி சரி கேக்கல...முகத்தை உம்மென்று வைத்துக் கொண்டாள்....அவன் மனம் கேக்க வில்லை... ஓகே...நீ கிஸ்சு கொடுத்த நா சொல்றேன்..குடுடி ஒய்...

அவனை நெருங்கி வந்து ஆசை தீர ஒன்றுக்கு இரண்டாக கொடுத்தாள்....அவனும் அவளை இடையோடு வளைத்து கன்னத்தில்...கொடுத்தான்...சிரித்துக் கிளம்பினான்....

அவள் யோசித்தாள்...என்ன செய்யலாம் என்று...சிறிது நேரம் கழித்து..அவள் தன் மாமியாரை பார்க்க சென்றாள்...

அந்தப் பெரிய வீட்டின் வாசல் முன்னர் நின்று கொண்டு...யாராவது தென்படுகிறார்களா என்று பார்த்தாள்....தோட்டக்காரன் வேகமாய் வந்து அம்மா நல்லா இருக்கிங்களா..என்று பவியமாய் விசாரித்தான்...மேலும்...அவர் தன்னை நன்கு தெரிந்து வைத்து இருக்கிறார் போலும் என்று நினைத்துக் கொண்டு...அவரிடம் உள்ள அம்மா இருக்காங்களா என்று கேட்டாள்...அதற்கு அவர் உள்ள இருக்காங்க அம்மா...என்று சொன்னார்... அய்யா?? என்றது தான் தாமதம்...உடனே அவர் அய்யா வெளிய போய் இருக்காங்க என்று சொன்னார்...உடனே அவள் உள்ளே சென்றாள்

அவள் செல்ல எத்தனித்த போது... ஜானகி வாசலுக்கு வந்து விட்டு இருந்தாள் பேச்சு சத்தம் கேட்டு...தன் மருமகளை உள்ளே அழைத்துச் சென்று விசாரித்தாள்...சிரித்துப் பேசினாள்...கட்டித் தழுவினாள்...அழுதாள்...என் மகன் எபபடி மா இருக்கான்... கண்ணுக்குள்ளயே இருக்கான்...

இன்னும் என்னென்னவோ பேசினாள்.. அவள் தலையில் பூ வைத்தாள்...அத்தை நீங்களாவது எங்களை பாக்க வரக் கூடாதா... அவர் ரொம்ப ஏங்கிப் போய் இருக்கார்... நீங்க வந்து ஒரு தரம் அவரைப் பாருங்க..என்று சொல்லி வாசலுக்கு வரும்போது...சரியாக மாதவின்...தந்தை..கண்கள் சிவக்க...அங்கே... சொல்ல வேண்டுமா?

இரவு..7மணி...மாதவ் வீட்டிற்கு வந்தான்... சோஃபாவில்...அமர்ந்து....எங்கயோ வெறித்துக் கொண்டு இருந்தாள்...அவன் வந்தது தெரியாமல் ஹை...பொண்டாட்டி...யோசனை பலமா...அவளை **சீண்டினான்...ஃப்ச்..ஒன்னும் இல்ல... ஜஸ்ட் லைக் தட்...சும்மா...**

பொய் சொல்லாதே...எனக்குத் தெரியும் சொல்லு... என்னாச்சிடா...

இருங்க காபி கொண்டு வரேன்...மீண்டும் கேட்டான்.. தலை வலிக்குது சொல்லி சமாளித்தாள்

அப்போ காபி நீதான் சாப்டனும் குடி... என்றான்..தான் குடித்த காஃபி.. நீட்டியவாரு

அவளும் குடித்தாள்...இரவு டின்னர் சாப்பிட்டு தூங்கப் போகும் நேரம்...அவன்... அஸ்வினி நீ எதோ கொழப்புத்துல இருக்க மாதிரி தோணுது... ஒண்ணும் இல்லன்னு சொல்றேன்ல நம்புங்க...அவன் அவளைக் கட்டி அணைத்துத் தூங்கினான்...

ஜானகி...இரவு...தன் கணவனிடம்... என்னங்க...நமக்குன்னு...இருக்கறது ஒரே புள்ளைங்க... இருந்தாலும்...உங்களுக்கு இவளோ கோவம் கூடாது....நீங்க சரின்னு ஒரு வார்த்தை சொல்லுங்க....நம்ம புல்லையும் மருமகளையும் கூட்டிக்கலாம்....நா மட்டும் பேசிட்டு இருக்கேன்...சொல்லுங்க...அழுதாள்... பெற்றவள் ஆச்சே...மனசு கேக்கலைங்க... பக்கத்தில் படுத்து இருந்த அவரோ... அழுது கொண்டு இருந்தார்....மனைவி சொல்ல சொல்ல...அவரால் கண்ணீரைக் கட்டுப்படுத்த முடியவில்லை....கேவி கேவி அழுது மனைவி பக்கம் திரும்பினார்..இவ்வளவு நேரமும்...தான் சொன்னதை நினைத்து....வேதனைப் பட்டார் போல

கோபம் இருக்குற இடத்தில்தான் குணம் இருக்கும்ன்னு சொல்லுவாங்க...அது இவங்க விஷயத்தில் சரியாகப் போச்சு... என்னாலயும் முடியல ஜானகி...ஆயிரம்தான்...சொத்து சுகம் இருந்தாலும்...நமக்குக் கொள்ளிப் போட பிள்ளை வேணுமே...ஜானகி...வீரிட்டுக் கதறி அழுதார்.. ராஜசேகரன்...இறுக்கமாக மூடி வைத்து இருந்த மனக்கதவை...அன்பால் திறந்து விட்ட... அவரோ...தன் மனைவியை...ஏறிட்டுப் பார்த்தார்...முடியாத காரணத்தால் கீழே குனிந்து கொண்டார்...

நாளைக்கே...நம்ம மாதுவை வர சொல்லிடறேன்... போதுமா...என்ன இருந்தாலும் நமக்குப் பிள்ளை தானே...அவன் ஆசைப்பட்ட மாதிரியே...வாழட்டும்ங்க...அந்தப் பொண்ணு கூட ரொம்ப நல்ல மாதிரிங்க...நா கும்பிட்ட கடவுள் என்னைக் கை விடலைங்க....

மறுநாள்...விடிந்ததும்...ஜானகி தன் மகனை பார்க்க விரைந்தாள்...அவன் ஆபீஸுக்கு... அங்கே அவன் கம்பீரமாய் தன் பணி ஆட்களுக்கு கட்டளை இட்டுக் கொண்டு இருந்தான்.... மாது...என்று அவள் அழைக்க...பெருகியக் கண்ணீருடன்..அம்மாவைக் கட்டி அணைத்தான் வாஞ்சையு டன்...நெற்றியில் முத்தம் இட்டு... கைப்பற்றி... எப்படி மா இருக்க...அப்பா எங்கமா... கேட்டான்..மேலும் அழுதான்...உங்களைப் பிரிஞ்சு இருக்க கஷ்டமா இருக்கு மா...

இனி அதுக்கு அவசியம் இல்லப்பா... இனி எல்லாரும் நம்ம ஒண்ணா இருக்கலாம்...பா உங்க அப்பா தான் இதை உன்கிட்ட சொல்ல சொன்னாரு...வாப்பா நம்ம போவலாம்...சொல்லிக் கொண்டு இருக்கும் போது...அப்பாவின் உருவம் ரூம்..வாசலில்... நிழலாடியது...அவரைப் பார்த்த

உடன் அவர் காலில் விழுந்தான்... என்னை மன்னிச்சிடுங்கப்பா...கட்டிப் பிடித்தான்

நீ உன் பொண்டாட்டி ஓட நம்ம வீட்டுக்கு வந்துடுப்பா....நீ எங்களுக்கு வேணும்..

நீங்க கூப்பிட்டு நா வரமே இருப்பேனா... நா இன்னிக்கு சாயங்காலம்... அஸ்வினிய கூட்டிட்டு வரேன்ப்பா...அவர்கள் சென்றனர்...

அன்று மாலை...பொழுது...அந்த குடும்பமே குதூகலத்துடன் இருந்தது...கோயிலுக்கு சென்றனர்...பூஜை முடிந்து வீட்டுக்கு வந்து... இரவு டின்னர்...அத்தையும்...மருமகளும்.. இனிப்புடன்...விருந்து படைத்து...அவர்களுக்கு பரிமாறி...தானும் உண்டு...கொஞ்ச நேரம் குடும்பத்தோடு அமர்ந்து...பேசி உறவாடினர்... மூன்று மாதம் கழித்து ராஜசேகரன்...முகம் பிரகாசத்துடன்...மின்னியது...குடும்பம் ஒன்று சேர்ந்த களிப்பில்....

இரவு ஜானகி...பால் தம்ளருடன் அஸ்வினியை அலங்கரித்து அனுப்பி வைத்தாள்...மாதுவின் அறைக்கு...அங்கே...பட்டு வேட்டி...சட்டை சகிதம்...கம்பீரமாய் நின்று இருந்தான்...மாது...

நாணிய முகத்துடன்...அவள் உள்ளே வர... பால் டம்ளரை அவனிடம் நீட்டினான்...அதை வாங்கிக் குடித்து பின்னர் அவளிடம் நீட்டினான்... மீதியை குடித்தாள்...இன்னும் அவள் முகத்தில் வெட்கப் புன்னகை மறைய வில்லை... நம் ரெண்டு பேருக்கும்...இது நடக்க வில்லலென்னு உன் மாமியார் கிட்ட சொன்னியா...

அத்தை கேட்டாங்க...சொன்னேன்... அதான் ஏற்பாடு பண்ணிட்டாங்க...

அஸ்வினி...குழைந்தான் அவன்... ஹ்ம்ம்... அங்கேயே நிக்குற...கிட்ட வா...உன்கிட்ட ஒன்னு கேக்கணும்...சொல்லுங்க கேக்கறே.. என்றாள்...

ஊஹூம்...முடியாது...கிட்ட வா...

என்ன வெட்கமா...பயமா...

ஆமா...ரெண்டும்...எனக்கு ரொம்ப...வே... அப்போ...இன்னிகும் நம்ம முதல் இரவு நடக்காது போலயே...

என்னங்க அபச குணமா பேசாதீங்க...சட்டென்று அவன் வாயை பொத்தினாள்....அவளின் ஸ்பரிசம் அவனை சுட்டது...உடல் எங்கும் தீயாய் பரவியது மோகம்....அவளோ...நாணத்துடன் அவனை நிமிர்ந்து பார்த்தாள்...பார்த்த கணத்தில் அவளை தன் பக்கம் இழுத்தான்...எதிர்பார்க்காத நேரத்தில்...முத்தம் இட்டான்..அவள் முகம் எங்கும் கழுத்தில்...அதற்கும் கீழே... சொல்லவொாண்ணா மோகத்தில் கூடிக் களித்தனர் இருவரும்...அஸ்வினி அழைத்தான்...மகிழ்ச்சியில்...அள்ளி அணைத்தான் ஆசைத் தீர...மீண்டும்..மீண்டும்...அவர்களின் முத்த சத்தமும்...முனகல் சத்தமும் அந்த

அறையில் கமழும் ஊதுவத்தியின் மணத்தை விட வேகமாக... எழுந்தது...

எதோ சொல்லனும்னு சொன்னிங்க... என்னன்னு சொல்லவே இல்லையே...

அம்மா என்ன சொல்லி அனுப்பனாங்க உன்னை...

எண்ணிப் பத்து மாசத்துல... பேரனைப் பெத்துக் கொடுக்க சொன்னாங்க..

என்னது...பேரன் மட்டுமா....

அய்யோ... மாட்டிக்கிட்டேன்...இவர்கிட்ட....

சொல்லு அஸ்வினி...

இல்ல...பேத்தியும் தா...

அப்படிப் போடு... அறுவாள...

பார்த்தியா உன் மாமியார் சொன்னத இப்படி கேட்டு வாங்க வேண்டி இருக்கு....அதுக்கான வேலைய மறுபடி ஸ்டார்ட் பண்ணுவோம் வா..

அய்யோ எனக்கு வெக்கமா இருக்கு... வெக்கத நான் தொடச்சு விடுறேன் வா என் உதட்டாலயே....போதுமா...துடைக்கவும் செய்தான்... வெட்கத்தை மட்டும் அல்ல...களைப்பினால் வியர்வையும் தான்....

முற்றும் ...

4

விவாகரத்து

குடும்ப நீதிமன்றம்...காலை..11..மணி... சரண்யா_சந்தோஷ்...தம்பதியரின்... விவாகரத்து வழக்கு...இன்று...விசாரணைக்கு வந்தது...இருதரப்பு வக்கீல்கள்... வாதம்...ஏற்றுக் கொள்ளப்பட்டு...இன்று.. தீர்ப்பு...சொல்லப்படும்...நேரமும் வந்தது. . இரு தரப்பு குடும்பமும்...ஆஜர்...இங்கே...

சரண்யா குனிந்த தலை நிமிரவில்லை... சந்தோஷ் கண்களில் சோகம்...தன் மனைவியின் மனம் மாறாதா????என்று ஏக்கத்துடன்...அவளைப் பார்த்தான்....

பிரச்சனை...இதுதான்...இருவருக்கும் திருமணமாகி...3 வருடங்கள்...ஆனது... பிள்ளைக்கனி...கனியும்...காலத்துக்காக காத்து காத்து... கனியாததால்... பரிசோதனை மேற்கொண்டனர்... குறை மனைவிக்குத்தான்...என்று...மருத்துவ அறிக்கை முடிவுகள் சொன்னது...ஆனால் அவன் சொல்லவில்லை...குழந்தை எனக்கு இரண்டாம் பட்சம் தான்...நீதான் எனக்கு வேண்டும்...என்று...தன் முடிவில் உறுதியாய்...இருந்தான்....

சரண்யா சிந்தித்தாள்...சிந்தித்து தான் இந்த முடிவுக்கே வந்தாள்..

தன் கணவனிடம்

நீங்க வேற கல்யாணம் பண்ணிக்கோங்க

வெளையாடுறியா...

இன்னும் எத்தனை வருஷம் காக்கரது...குறை எனக்குத்தான் தவிர உங்களுக்கில்ல... அதனால் வேற பொண்ண பார்த்து நானே உங்களுக்கு ....அவள் பேசி முடிக்கவில்லை பளார்....என விழுந்தது...அவள் கன்னத்தில்..அவளைப் பார்க்கும் போதெல்லாம்..கோபம் தான் வந்தது

இப்படியே...நாட்கள் சென்றது...அதனால் இப்படி ஒரு முடிவு.. எடுத்தாள்...

தன் காதல் கணவன் ...பிடிவாதம் அவள் அறிந்ததே...அதனால்...இதைக் காரணம் காட்டி...விவாகரத்து வாங்கி...அவனைத் தன் வழிக்கு கொண்டு வர

உத்தேசித்து இன்று... தீர்ப்பை எதிர்பார்த்து...நின்றாள்

தன் ஆருயிர் கணவன் எவ்வளவு சொல்லியும்...கேட்கவில்லை...அவனோ தன் காதல் மனைவியைப் பிரிய விரும்பவில்லை...

நீதிபதி...இருவரையும் பார்த்து... இதில் உங்கள் இருவருக்கும்...விருப்பமா என்று கேட்டார்...அவள்... ஹ்ம்ம்.. என்றாள் எந்திரமாக....காதலை உள்ளுக்குள் பூட்டி வைத்து...

அவனோ...தனக்கு விருப்பம் இல்லை என்றான்...என் கடைசி காலம் வரை அவளை என்னருகில்...வைத்தே சுவாசிக்க விரும்புகிறேன்...என்றான்..

என் ஜீவ உயிர் நாடி அவளே...அவளின்றி இனி என்...உடல் அசையாது...அவள் வேண்டும்...அவளின்...காதல்..என் இறுதி மூச்சு வரை வேண்டும்...என்று...மீண்டும் சொன்னதை...திரும்பி சொல்லி... சுவாதீனம் அற்று...கீழே விழுந்தான்.. மயங்கி...

என்னங்க.....அலறினாள் அவள்....ஓடிச் சென்று...அவனை தன் நெஞ்சுக்குள்... சாய்த்துக் கொண்டாள்...அழுதாள்... எனக்கும் நீங்க வேணும்...வேணும்... எந்திரிங்க...ஊஹூம்...அவன் .... தெளிந்தால் தானே...

நீதிபதி...தீர்ப்பு ஒத்தி வைக்கப் படுகிறது... என்றார்...

ஹாஸ்பிடலில்...அவன் மிகவும் பலகீனத்துடன்...இருக்க அவளோ... தன் ஆருயிர் கணவனை தன்னிடம் சேர்த்து விடுமாறு கடவுளுக்கு...மனதால் அர்ச்சனை செய்து கொண்டிருந்தாள்... டாக்டர் டுடி... முடிந்து..அவளிடம்... உங்கள் பிரிவு அவரை ஆழமாக பாதித்து குழந்தை...மாதிரி பார்த்துக்க வேணும்...

உங்களுக்கு...குழந்தை ..இல்லன்னு... நீங்க...வருத்தப் பட வேண்டாம்...பரஸ்பரம்... நீங்க ரெண்டு பேரும் குழந்தைகளா மாறிட்டிங்கன்ன...உங்க வாழ்க்கை... நல்ல இருக்கும்னு நான்...நம்பறேன்... இந்த லிஸ்டில்... உள்ள மருந்துகளை ஃபாலோ பண்ணுங்க...2நாள் கழிச்சு டிஸ்சார்ஜ் பண்றேன் ..

அவள்... .தன் கணவனை...மார்போடு அள்ளிக் கொண்டாள்...என்னை விட்டு போய்டாதே....என்று அவன் கண்கள் கெஞ்சியது போல் இருந்தது... கண்டிப்பா...உங்களைப் பிரிய மாட்டேங்க....அவன் நெற்றியில் முத்தம் பதித்தாள்....

சுபம்....

5

பொன் மாலைப் பொழுது

சூரியன் மறைந்த...பொன் மாலைப் பொழுது.... கருமேகம் சூழ்ந்தது...மேகம் குளிர்ந்து....சிறு தூறல் ஆரம்பித்து...சற்று நேரத்தில் இடி மின்னலுடன்...கூடிய...அடை கார்த்திக்...தனது டூ வீலரில்... சீறி பெய்து கொண்டிருக்கும்..மழையை லட்சியம் செய்யாமல்...தொடர்ந்து ஓட்டினான்...

கார்த்திக்...IOB...வங்கியில்...காசாளர் ஆக பணி புரிகிறான்...ஓவர் டைம்..பணி முடிந்து வர... லேட் ஆகி விட்டது...

தனது வீட்டை அடைந்தான்...அம்மா வாசலிலே... நின்று தன்னை எதிர் பார்த்தாள் போலும்... கையிலே..துண்டு....என்னைப் பார்த்ததும்... துண்டை எடுத்துத் தலையைத் துவட்டினாள்... ஏம்பா...மழை செத்த நின்னவுடன் கெளம்பி இருக்கலாம் இல...சரி சரி போய்ட்டு.. ட்ரெஸ் மாதிக்கப்பா... என்றாள்....

கார்த்திக்...தனது...அறைக்கு சென்று ஃப்ரெஷ் ஆகி வந்தான்...அம்மா ஆவி பறக்க...இட்லி வார்த்து கார சட்னி...வைத்து..எடுத்து வந்து...ஊட்டி விட்டாள்....அம்மா...அனு என்ன பன்றா...காலேஜ்ல இருந்து வந்து என்ன பண்ணிட்டு இருக்கா...

அவள்...சீக்கிரமாகவே வந்துட்டப்பா...தலை வலின்னு ரெஸ்ட் எடுத்துட்டு அம்மா போதும்...நெறய சாப்பிட்டன்..போல... நீ சாப்டியாம்மா...அனு சாப்டாளா...

நீ வயிறு நெறய சாப்பிடு.. அப்பால சாப்ட்டுகிறே நான்...

என்னம்மா நீ...வேளைக்கு சாப்பிடனும்னு தெரியாதா... வேளைக்கு சாப்பிடு..மாத்திரை போடணும்னு இல...உங்கள கவனிக்காம என்ன பன்றா அனு...

நீ சாப்பிடுமா நா ஊட்டிவிடுறேன்...ஊட்டி விட்டு அனுவிடம் வந்தான்...அனு..அனு...பதில் இல்லை நன்றாக தூங்குகிறாள் போல...எட்டிப் பார்த்து விட்டு...சென்றான்...

அம்மா...முதல்ல...அவளுக்கு ஒரு மாப்பிள்ளை பாருங்க ..

பார்த்துட்டு தாண்டா இருக்கேன்...சரியா அமையிலே இந்த வருஷம்... ஃபைனல் இல்லை யா... பார்த்து முடிக்க கரெக்டா இருக்கும்... கார்த்திக் தன் அறைக்கு சென்று...சற்று நேரம் தன் நண்பன்...ஆகாஷ்கு... போன் செய்து பேசினான்...நேரம் கழித்துத் தான் தூங்கினான்...

மறுநாள் காலை எழுந்ததும்... அனுவிடம் வம்பு வளர்த்தான்....அம்மாவை கவனிப்பதில்லை என்று...இருவரும் டிபின் சாப்பிட்டு...அவளை காலேஜில் ட்ராப் செய்து பின் வங்கிக்கு சென்றான்...

காலச் சக்கரம்...சுழன்றது...அனுவை ஒரு நல்ல வரனுக்கு...திருமணம்...செய்வித்தான்...அவன் அம்மாவும் இறைவனடி சேர்ந்தார்...உடல் நலம் குன்றி...தனிமை அவனை வாட்டியது...அம்மாவின் பாசம்...அவன் கண்களில் நீரை வர வளைத்தது... தூக்கம் இன்றி தவித்தான்...இரவுகள்...அவனை வதைக்க ஆரம்பித்தது...

அதே போன் மாலைப் பொழுதில்...ஒரு நாள் வண்டியில் வந்து கொண்டு இருக்கும்போது...ஒரு...பெண் தனியாக..நின்று கொண்டு லிஃப்ட்..கேட்டுக் இருந்ததைப் பார்த்தான்....

அப்பெண்ணுக்கு...உதவி செய்து விட்டு... வந்தான் வீட்டுக்கு...இது தொடர்ந்தது... தினந்தோறும்...அவன் தனது வண்டியில் அவளை..அவள் தங்கியிருக்கும்.ஹாஸ்டல் வாசலில் விட்டு விட்டு...வருவான்...

மறுநாள்...அவன் வங்கியில் இருந்து வரும்போது அந்த பெண் வழியில்...மயங்கிக் கிடந்தாள்... அருகில் உள்ள... மருத்துவமனையில்...சேர்த்து சிகிச்சை முடிந்ததும் அவளை...விட மனம் இன்றி தன் வீட்டுக்கு அழைத்து வந்தான்...

மேலும்...அவள் யார் குடும்பம் என்ன செய்வது என்றே தெரியவில்லை...அவனுக்கு...

விடிந்தது...முதல் வேலையாக...அவளிடம் கேட்டான்...அதற்கு அவள்...தான் விதவை என்றும்...தனக்கு யாரும் சொந்தம் இல்லை என்று சொன்னாள்...திருமணம் புரிந்த..அன்றே கணவன் விபத்தில் இறந்ததை சொன்னாள்...

தன் தங்கை அனுவை அழைத்துப் பேசினான்... என்றான்...பிறகு என்ன...திருமணம் நடந்தேறியது... ஒரு விதவைப் பெண்ணுக்கு வாழ்க்கை கொடுத்த...மகிழ்ச்சியில் மனநிறைவோடு...அன்றைய இரவைக் கழித்தான்...

சம்சாரத்தோடு...மின்சாரம் அடித்த இன்ப..அதிர்ச்சியில்... அவனின் அன்னை மேல் இருந்து வாழ்த்தினார் மகனை....

முற்றும்

6

வென்றவர் யார்? (சிறுகதை)

மீனாவின் முகம் வாட்டம் ஆக இருந்தது..நேற்றிலிருந்து..

அந்த வாட்டத்துடனே..மதியம் சமையல் செய்து கொண்டு இருந்தாள்.. மூர்த்திக்குப் பிடித்த வகைகளையே செய்து இருந்தாள்..ஆவாரம்பூ கூட்டு, எண்ணெய் கத்திரிக்காய் மசாலா என்று மணம் கமழ..விருந்து படைக்க காத்திருந்தாள்..

நேற்று நடந்த காரசாரமான சம்பவத்தையே நினைத்துக் கொண்டிருக்க..மூர்த்தி வந்தது கூட தெரியாமல்..எதோ யோசனையில்..இருக்க..

மீனா..ஏய்..மீனா..கணவனின் அதிகாரம் தோய்ந்த குரலில்..அதிர்ந்து போய்..

"வந்துட்டிங்களா..கை கழுவி வாங்க.. சாப்பிடலாம்..

நா வந்தது கூட தெரியாம அப்படி என்ன யோசனை..

ஒண்ணுமில்லை வாங்க..என்று சொல்லி தன் இயல்பை மறைத்து..

உங்களுக்கு பிடிச்ச ஐட்டம் செஞ்சு வச்சிருக்கேன்..

நல்லா இருக்கு..என்று வாய் திறந்து சொல்லாவிடினும்..மீனாவின் சமயலை ரசித்து சாப்பிட்டு படுத்து விட்டான்..

அவர்களுக்கு மணமாகி ஐந்து ஆண்டுகள் ஆகிறது..

மீனா.. B.Com ., படித்து இருக்கிறாள்..கோல்ட் மெடலிஸ்ட்..அவள்..

அவள் கணவன்..ஒரு தனியார் நிறுவனத்தில் சாதாரண பணியில் இருந்தான்..சொல்லிக் கொள்ளும் அளவுக்கு வரும்படி அதிகம் இல்லை..

ஆனாலும் தன் மனைவியை வேலைக்கு அனுப்ப அவனுக்கு என்றும் விருப்பம் இருந்தது இல்லை..

வசதியின்மை காரணமாக மேல் படிப்பு படிக்க முடியாமல்..உறவு முறையில் மூர்த்தியை திருமணம் செய்வித்தனர் அவள் பெற்றோர்..

பத்து நாட்கள் முன்பு..செய்தித்தாளில் வந்த விளம்பரத்தைப் பார்த்து..மகிழ்ந்து மூர்த்தியிடம் "எங்க..உங்களைத்தான் .நான் இந்த வேலைக்கு விண்ணப்பம் அனுப்பட்டுமா"?? என்று அவனிடம் கேட்க அவனோ..அதெல்லாம் ஒன்றும் தேவை இல்லை என்று சொல்லி அதோடு முற்றுப் புள்ளி வைத்து விட்டான்..

அவளுக்கோ கோபம்..தன்னிடம்..தன் மனதில் உள்ள ஆசையை கூட அவன் அறிய முற்பட வில்லை என்று..சே..என்ன இது என்று சலித்துக் கொண்டாள்..தனக்கென்று எண்ணம் ஆசை இருக்கக் கூடாதா?? என்று..நினைக்க..இருவருக்குள்ளும் மௌனப் போர்..

அரசு வேலை அவளது கனவு..

ஆனால் அவள் விடுவதாய் இல்லை .தன் கணவனுக்கு தெரியாமல்..அந்த அரசு வேலைக்கான தகுதிகள் அனைத்தும் சரியாக இருக்க..பெற்றவரை துணைக் கொண்டு.. விண்ணப்பித்தாள்..

தகுதி தேர்விலும், நேர் காணலிலும் வென்று அந்த வேலைக்கு தேர்வானாள்..

தனக்கு தெரியாமல்..வேலைக்கு விண்ணப்பித்து அதில் தேர்வாகி வென்றும் இருக்க..தனது ஈகோ..தலை தூக்க..அவளிடம் பாராமுகமாய் இருக்க..அவனை சமாதானப் படுத்த முயன்று தோற்றுப் போனவள்.. ஒரே வீட்டுக்குள்..தனித் தனியாகவும்.. பிள்ளைகளுக்காக சேர்ந்து வாழவும்.. காலம் இவர்களுக்கு காத்திராமல்..

வருடங்கள் உருண்டோடியது..

அவளது மகன்..பத்தாம் வகுப்பும்..மகள்.. எட்டாம் வகுப்பும்..படித்துக் கொண்டிருக்க.. அவளோ..இன்று..பொதுப் பணித் துறையில் பொறுப்பு மிக்க "கண்காணிப்பாளர்" என்ற பொறுப்பான பதவியில்..தன் லட்சியத்தை அடைந்தவளாய்..தனது கனவை.. உயிர்ப்பித்தவளாய்..ஆனாலும் வாழ்க்கையில் தோற்றுப் போய் விட்டோமே..என்ற வருத்தத்தில் கணவனின் புகைப்படம் முன்பு மண்டியிட்டு அழுதுத் தீர்த்தாள்..

அவளது கணவன்..நான்கு சட்டத்திற்குள் அடங்கியவனாய்..சிரித்துக் கொண்டு..நெற்றியில் குங்கும பொட்டு சுமந்து கொண்டு..

வென்றவர் யார் வாழ்க்கை என்னும் தேர்வில்??

அன்று அவள் அரசு பணிக்கு விண்ணப்பிக்காது போய் இருந்தால்..இன்று மீனாவின் நிலை?

கேள்விக்குறி தானே!

யோசியுங்கள்..மக்களே..வாழ்க்கைப் படகில் சவாரி செய்பவர்கள் நாம்..படகு ஆட்டம் கண்டாலும் தோல்வி அடைவது..கணவன் அல்லது மனைவி மட்டுமே..

அன்பு புரிதல் மட்டுமே நம்மை நெறிப்படுத்தும்.. வாழ்க்கை சிறு காலமே.. அன்பு செலுத்தி புரிதலுடன் வாழ்வோமே.. இங்கே வென்றவர் யார்? சொல்லுங்க மக்களே..

முற்றும்..

7

அச்சம் தவிர்

அச்சம் கொள்ளாதே மானிடனே அச்சம் நீ கொண்டால் விலகி உன்னை விட்டு ஓடுமே வெற்றி எனும் நெல்லிக்கனி

அச்சம் என்னும் பேயை அச்சமின்றி ஓட்டு உன் பகுத்தறிவுக் கொண்டு வீரத் திருமகனாய் செதுக்கி வெற்றித் திருமகனாய் வாழ்ந்து காட்டு வையத்தில் வயிரம் படைத்த நெஞ்சோடு

பாடலை ராகத்துடன் ஆசிரியை இளமதி தன் மாணவர்களுக்கு காலை முதல் பாடவேளையில் 5 ஆம் வகுப்பு.. தமிழ் பாடம்..பாடிக் காட்டி.பாடலின் பொருள் உணர்த்தி அருமையான விளக்கம் கொடுத்து.. மாணவர்களாகிய நீங்கள் கல்வி கேள்விகளில் சிறந்து விளங்க..அச்சம் கொள்ள கூடாது என்றும்..எதையும் சமூகத்தில் தட்டிக் கேட்கும் பொறுப்புள்ள குடிமகன்கள் ஆக மாற வேண்டும் என்றும்..அப்போதுதான்..வாழ்க்கையில் நினைத்ததை சாதிக்க முடியும் என்றும் கூற மணி அடித்தது..

வகுப்புகள் அனைத்தும் முடிந்து இளமதி வீடு திரும்ப..அவளுக்கு என்று வேலைகள் காத்து இருந்தது. ஆபீஸ் விஷயமாக வெளியூர் சென்ற கணவன் ரகு திரும்ப இரண்டு நாட்கள் ஆகும் எனக் கூறியது நினைவு வர..சற்றே வியர்த்தது அவளுக்கு.தனியே இரவைக் கழிக்க வேண்டுமே பயத்தில் உறக்கம் போனது..நாய் ஊளை இடும் சத்தம் வேறு..அச்சத்துடனேயே.. உறங்கிப் போனாள்..3.00 மணி அளவில்..

சற்று நேரத்தில்.. ஏதோ சத்தம் கேட்க..பயம் கவ்விக் கொண்டது அவளை..

கதவு கேட் எல்லாம் பூட்டி விட்டு தானே வந்தோம் என்று நினைக்க..சிலை போல் கட்டிலில் அமர்ந்து இருக்க..இதயம் தாறு மாறாய் துடிக்க.. வியர்க்க..செய்வது அறியாமல் கண்கள் நிலை குத்தி..நெஞ்சை பிடித்துக் கொண்டு இருக்க..

முகமூடி அணிந்த ஒருவன்..சிங்கம் போல் கர்ஜிக்க..துவண்டு போய் சரிந்தவளைத் தூக்கிப் பிடிக்க நினைத்து..ஓடி வந்தான் அவளது கணவன் ரகு..

அதற்குள் அவளின் மூச்சு நின்று விட்டு இருந்தது..

தன்னிடம் இருந்த இன்னொரு சாவியைக் கொண்டு திறந்து பூனை போல வர..

இரண்டு நாட்கள் கழித்து வருவேன்.. இன்ப அதிர்ச்சி வைத்தியம் கொடுக்க எண்ணி..இப்போது அவளை இழந்து தனக்குமாய்..வைத்தியம் பார்த்துக் கொண்டிருக்கிறான்..ரகு..

8

நம்பிக்கைத் துரோகம்

ஆனந்தன் செய்வது அறியாது கைகளைப் பிசைந்து கொண்டு நிற்க..

"அப்பா"...

உடலைக் குலுக்கிக் கொண்டு சத்தம் வந்த திசை நோக்க..

பிரேம்..அதிர்ந்து போய் கலங்கிய கண்களுடன் நிற்கும் அவரைப் பார்க்க..

"என்னாச்சு பா"..

நான் ஏமாந்து போயிட்டேன் பா..

என்னப்பா சொல்றீங்க..அப்போ பணம்?

ஆமாப்பா..எவனோ என்னை ஏமாத்தி என் பணப் பொட்டிய எடுத்துட்டு போயிட்டான்.. ஆட்டோல வரும் போது..

பொறுப்பில்லாமே இப்படி சொல்றீங்களே பா? இப்போ அம்மாவோட ஆபரேஷன்க்கு..பணம் கட்டணுமே..தலையைப் பிடித்துக் கொண்டு உட்கார்ந்து விட்டான்..பிரேம்..

ஆம்..மார்புப் புற்று நோயால் அவதிப்படும் சுந்தரிக்கு..அறுவை சிகிச்சை செய்ய..வங்கியில் தெரிந்தவர் மூலம் கடன் பெற்று..செலுத்த எண்ணி..வரும் வழியில் எவனோ ஒருவன்..பணப் பெட்டியை ஆட்டையப் போட..

நடந்ததை எண்ணி வருந்தி கொண்டிருக்கும் போது..ஒருவர்..

காவலருடன்..ஆனந்தனை நோக்கி வர..

"இதோ..இவருதான் சார்"..

நல்லா தெரியுமா? கதிரு..

ஆனந்தன்..வந்தவரின் முகத்தைப் பார்க்க.. திராணியின்றி..நிற்க..

நம்பிக்கைத் துரோகம் செய்தவரை எப்படி சார் மறக்க முடியும்? கதிரும், ஆனந்தனும் பள்ளி நண்பர்கள். பத்து ஆண்டுகளுக்கு முன்பு,கதிர் ஒரு அவசரத் தேவைக்காக..தனது மகளின் திருமணத்திற்காக நிலத்தை விற்று பணம் தருமாறு

நம்பிக்கையுடன் பொறுப்பை ஆனந்தன் வசம் ஒப்படைக்க..

அவரோ..விற்று பணத்தை எடுத்துக் கொண்டு தலைமறைவாகி விட்டார்..

திருமணம் நின்று போக,மகள் தற்கொலை செய்து கொண்டார்..அந்த அதிர்ச்சியில் அவரது மனைவியும் இறந்து விட...அவர் தனிமையில்..

சவாரிக்கு ஆட்டோவில ஏறும்போது இவரு போதையில இருந்தாரு..சார்..அவருக்கு பாதி வழியில..ஒருத்தர் ஏற, இறங்கும் போது கவனிச்சேன்..ஆனந்தனோட பெட்டிய அவரு எடுத்துட்டு போறதை..பின்னாலேயே.. ஓடிப் போய் அவன் சட்டையைப் புடுச்சி.. நாலு சாத்தி.. ஸ்டேஷன்ல உங்க கிட்ட ஒப்படைச்சேன்..

"என்னை மன்னிச்சிடு" கதிரு.. சாஷ்டாங்கமாக விழுந்தார்..ஆனந்தன்..

கதிர்..திரும்பி பார்க்காமல் வந்த வழியே நடக்கலானார்..

நம்பிக்கைத் துரோகத்தின் வலி அவரது விழிகளில்..கண்ணீர்க் கோடுகளாய்..

"இன்னா செய்தாரை ஒறுத்தல் அவர்நாண நன்னயம் செய்து விடல்"_ குறள்

9

பொன்னூஞ்சல்

அந்த மேசையின் மேல் இருந்த படத்திற்கு மாலை போடப்பட்டு அருகில் காமாட்சி அம்மன் விளக்கு ஏற்றப்பட்டு இருந்தது..

ஊதுவத்தி மணம் அந்த வீட்டின் மகிழ்ச்சியைத் தொலைத்து இருந்தது

ஆளுக்கொரு மூலையில் உறவுகள் மோவாய்க் கட்டையை கைகளால் தாங்கியவாறு..நின்று கொண்டு இருக்க..

சிரித்தவாறு அனைவரையும் பார்த்துக் கொண்டு இருந்தாள் நான்கு சட்டத்துக்குள் தன் உயிரை அடகு வைத்தவள்... சாரதா தேவி... கண்ணப்பனின் மனைவி..வசுமதியின் வளர்ப்புத் தாய். எல்லோரும் அழுத வண்ணம் இருக்க.. வசுவின் பார்வை மட்டும் நிலை குத்தி இருக்க.. கண்கள் அழுத்தமாய் கண்ணீரை விடுவேனா என்றவாறு...கண்ணாடி சட்டத்தை பார்த்துக் கொண்டிருக்க..

அவளும் அசையயவில்லை..அவள் உடலும் அசையயவில்லை..அவள் மனது மட்டும் நிலையின்றி பின்னோக்கி ஓடியது..நினைவுகளை நோக்கி..

****

அன்று வசுமதி..தனது பாட்டியுடன் வீட்டு நடு ஹாலில் அமர்ந்து விளையாடிக் கொண்டிருக்க.. வாசலில் கேட் திறக்கும் சத்தம் கேட்டு..எழுந்து ஓடினாள்.. ஓடியவள்..அந்த காட்சியைப் பார்த்து அதிர்ச்சியுடன் நிற்க..அங்கே கண்ணப்பன் ஒரு பெண்ணின் தோள்களை அணைத்தவாறு கையைப் போட்டு நின்று இருக்க.. அந்த காட்சியைக் கண்ட வசுமதிக்கு அப்போது கருத்து விவரம் தெரியாத வயது..

ஐந்து வயது கூட நிறைவு பெறாத நிலை அந்த வயதிலும் இவர்கள் நின்ற கோலத்தைப் பார்த்து.."பாட்டி.. பாட்டி..என்று அதே வேகத்தில் ஓடினாள்.. வசு..பாட்டியின் பின்னே நின்று கொண்டு முகத்தை முந்தானைக்குள் சுருக்கிக்

கொண்டாள்..

"ஏன் கண்ணா..இப்படி ஒரு காரியத்தை பண்ணிட்டு வந்து நிக்குறியே" இது உனக்கே நல்லா இருக்காப்பா"? அம்மா..நான் எனக்காக இல்லைன்னாலும் வசுவுக்கு கண்டிப்பா அம்மா வேணும்..

உங்களுக்கும் வயசாகி போச்சு..நா என்னம்மா பண்ணுவேன்..போக போக புரிஞ்சுக்குவா அம்மா அவ.. வசு செல்லக்குட்டி.."அப்பாட்ட வாடா.. ம்மா.." இல்ல...நா..வ..ர..மாட்டேன்..போப்பா.. அங்கிருந்து ஓடி..அறைக்கு சென்று கதவை தாழிட்டாள்.. சாரதா தேவி..

இரண்டாம் தாரம் ஆக அந்த வீட்டுக்குள் அடியெடுத்து வைத்தது..யாருக்கும் மனதளவில் பிடிக்கவில்லை என்று அறிந்தவள் தன் கணவன் என்ற எல்லைக்குள் மட்டுமே தன்னை சுருக்கிக் கொண்டாள்..ஆனால் வசுவை எப்படியாவது அம்மா என்ற எண்ணத்துடன் பாசத்துடன் பழக ஏதாகிலும் செய்து அவளின் அன்பை முழுதாய் பெற வேண்டும் என்பதில் கவனமாய் இருந்தாள்..உடனடியாக நடக்கும் காரியம் இல்லை என்றாலும் முயற்சியை தளர விடவில்லை..அவளுக்கான சில பணிகளை பெற்ற தாய் போலவே..கருத்துடன் கடமையை செய்து கொண்டும் இருந்தாள்..

இப்படியே நாட்கள் ஓடியது..யாரிடமும் ஒட்டுதல் இன்றி பாட்டியிடம் மட்டுமே தன்னை முழுதும் இணைத்துக் கொண்டாள். வசு..ஏழாம் வகுப்பில்..அடி வைத்த போது அவள் பாட்டிக்கு முற்றிலும் உடல் நலக் குறைவு ஏற்பட்டு..காலமாகி விட.. வசு தனித்து விடப் பட்டாள்..அவளுக்கு என்று அன்பு பாராட்டும் ஒரே ஜீவனும்..இப்போது..இல்லாதது பெரும் குறையாகவே இருந்தது வசுவிற்கு..மிகவும் ஏங்கிப் போனாள் அன்புக்கு..புரிந்து கொள்ள முடியாத வயது என்றாலும்..சில விவரங்கள் புரிய ஆரம்பித்தது வசுவுக்கு..

****

அம்மா..ஆ..ஆ..என அழுது கொண்டே ஸ்ருதி வர..பழைய நினைவுகளில் இருந்து மீண்டவள் வாரி அணைத்துக் கொண்டாள்..குழந்தையை..

ஐந்து வயது நிரம்பிய ஸ்ருதி..கண்களைக் கசக்கிக் கொண்டே வந்தாள்.. செல்லம்..

" ஏன் கண்ணு அழறே"?..

என்று கேட்டு குழந்தையை மார்போடு வாரி அணைத்துக் கொண்டாள்..மனதில் இனம் புரியாத ஒரு பயத்துடன்.. எங்கே ஸ்ருதியை தான் இழந்து விடுவோமோ? என்ற கவலையுடன்.. ஸ்ருதி வசுவை தழுவிக் கொள்ள.."அம்மா..அந்த விக்கி சொல்றாம்மா..நா..உன்னோட பாப்பா இல்லையாம்..அந்த.. வி..க்..கி..தேம்பி தேம்பி அழ... அம்மா.. சொல்லுங்கமா..

நீங்க என் அம்மாதான ம்மா..அவன் இல்லன்னு சொல்றான்மா..என்று அவளைப் பிடித்து உலுக்க.. அதற்கு மேல் அவளை பேச விடாமல்..இழுத்து வாரி மார்போடு அணைத்துக் கொண்டாள்.. பட படப்போடு.."தெய்வமே..என்னை ஏன் இப்படி சோதிக்குற"..என்று மன்றாட.. இருதலைக் கொள்ளியாய் அவள் மனம் தவிக்க..

தான் செய்த செயல்களே தன்னை திருப்பி அடிக்கும் என்று அவள் கனவிலும் நினைக்கவில்லை.. ஆம்..வசுவின் திருமணம் முடிந்த சில மாதங்களுக்குள் கண்ணப்பன் மகளின் நினைவாலே இறந்து விட...சாரதா..தனிமரம் ஆனார்.. பத்து ஆண்டுகளுக்கு பிறகு..எத்தனையோ மருத்துவரை சந்தித்தும் குழந்தை பிறக்க வாய்ப்பும் இல்லை என்று கைகளை விரித்து விடவே..வேறு வழியின்றி ஸ்ருதியை தத்து எடுத்துக் கொண்டாள்.. விதி தன் வாழ்க்கையில் விளையாடும் விதம் எண்ணி மனம் வெதும்பி நின்றாள்.. தான் எத்தனை மூர்க்கமாக நடந்து கொண்டோம் சாரதா அன்னையிடம்..

அவர் இறக்கும் வரையிலும்.."அம்மா" என்று ஒரு முறை கூட அழைக்கவில்லையே..தான் விதைத்த விதை இன்று தன் மகள் வடிவில் வினை அறுக்குமோ..என்று சொல்ல வொண்ணா துயரில் மீண்டும் ஆழ்ந்தாள்..இறக்கும் முன் கூட ஒரு முறையேனும்..தன் தாயை..பார்த்துப் பேசும் எண்ணம் வரவில்லையே.. வசுவுக்கு தன் அன்னை சாந்தியின் மீது அத்தனை அன்பு கொள்ளைப் பிரியம்..பாசம் அதிகம்..ஆம்..எந்த மகள் தான் தன் அன்னையிடம் வெறுப்பைக் காட்டுவாள்..

அவள் பாலூட்டி மட்டும் வளர்க்க வில்லை.. பாசத்தையும் ஊட்டியே வளர்த்தாள் சாந்தி..அன்பே உருவானவள்..அவள்..தாயும் மகளும் ஒரு நாள் கூட பிரிந்தது இல்லை..கண்களும் இமையும் போல் இருந்த உறவை..

கடவுள் நிரந்தரமாய் பிரிக்க எண்ணி...சாந்திக்கு தீராத நோயை கொடுத்து விட..எண்ணி மூன்றே மாதங்களில் கடவுள் அவளை அழைத்துக் கொள்ள..இத்தனையும்.. வசுவிற்கு மூன்று வயது நிரம்பிய போதே அனைத்தும் நடந்து முடிந்து இருந்தது...அன்றில் இருந்து தன் பாட்டியிடம் மட்டுமே..ஒட்டி இருந்தவள்..தன் அன்னையின் இடத்தில் இன்னொரு தாயை..பார்க்க முடியாமல்..

மனம் வெதும்பி..பாட்டி இறந்த பிறகு தன்னை தனிமைப் படுத்திக் கொண்டாள்..சாரதா..ஆசை ஆசையாய் சமைத்து அவளுக்கு அன்போடு ஊட்ட எடுத்துச் சென்றாலும்..கத்தி ஆர்ப்பாட்டம் செய்து அழுதாள்..ஆதலால் அவளின் தந்தையே அவளுக்கான உணவை உண்ண வைத்தார்..

இப்படியே..காலம் கடந்தது குழந்தைப் பருவம் முதற் கொண்டே..தன் தாயின் ஸ்பரிசம்.. அணைப்பு..அன்பு..சேலைத் தலைப்பின் சுகம்..அனைத்தும் பழகிய

அழகிய நினைவுகள்..அவளைத் தாலாட்ட ...அதில் மூழ்கிப் போனாள்..சற்றும் அவளது மனம் சாரதாவை ஏற்றுக் கொள்ள தயாராகவில்லை..

தாயாக.. தன் அன்னையோடு அவளை ஒப்பிட்டுப் பார்க்க..அவள் மனம் ஒப்பவும் இல்லை..கண்ணப்பன் எவ்வளவோ சொல்லிப் பார்த்தும் விளைவு பூச்சியம் தான்.. நாளாக ஆக சரியாகி விடும் என்று நினைத்தவர் பிரச்சினை பூதாகரமாக வெடிக்கும் என்று சற்றும் நினைக்கவில்லை..

****

அன்று குழந்தைகள் தினம்.. பள்ளியில் போட்டிகளில் வென்று சாதனை படைத்த மாணவ மணிகளுக்கு..மற்றும் பாடங்களில் தேர்ச்சி விகிதம் அதிக விழுக்காடு பெற்ற மாணவர்களுக்கும் பரிசுகள் வழங்க விழா நடைபெற்றது..அதற்கு பெற்றோர்கள் அனைவரும் பங்கு கொண்டு கலந்து கொள்ள அழைப்பு விடுத்து இருந்தது..பள்ளி நிர்வாகக் குழு.. வசுவின் பெற்றோரும் கலந்து கொள்ள..வந்து இருந்தனர்..

வசு படிப்பில் படு சுட்டியாக இருந்தாள்..என்று அவள் தந்தை இரண்டாம் திருமணம் புரிந்தாரோ..அன்றில் இருந்து..படிப்பிலும் மற்ற கலைகளிலும் ஆர்வம் இன்றி கலந்து கொள்ள ஐந்தாம் நிலைக்குத் தள்ளப்பட..

அனைவரும் அவளிடம் "என்னாச்சு.. வசு என்று கேட்க..அதுவே சாரதாவின் மேல் வெறுப்பு அதிகரிக்க காரணமாக அமைந்தது.. தலைமை ஆசிரியை வசுவின் பெற்றோர்களிடம் "

என்னாச்சு ஐயா.. வசுவுக்கு..

பாடத்துல முத மாதிரி ஆர்வம் காட்ட மாட்டேங்குறா..விளையாட்டிலும் சரி..போட்டிகளிலும் சரி..

முதன்மையாக வர்ற மாணவி வசு..இப்போ என்னாச்சு அவளுக்கு?ஏன் இப்படி மாறிப் போனா? என்ன பிரச்சினை? என்று அவர் கேட்க..தர்ம சங்கடமாகி போனது கண்ணப்பனுக்கு.. இருவரும் ஒருவழியாக சமாளித்து வெளிவர.. என்றும் இல்லாத வகையில்..கண்ணப்பன் வீட்டுக்கு வந்ததும்..மகளைக் கண்டிக்க ஆரம்பித்தார்..இனிமேல் உங்க அம்மா சொல்ற பேச்சைத் தான் கேக்கணும்..

அம்மாவோடத் தான் இருக்கணும்..நம்ம சாந்தி அம்மா போலத்தான்..இவங்களும்.. புரிஞ்சிக்க செல்லம்..அம்மாவை நோகடிக்காதடா.. "கேக்க மாட்டேன் பா..எனக்கு என் அம்மா தான் வேணும்..இவங்க வேணாம்..இவங்களை பாக்கவே புடிக்கல..இந்த வீட்டுல இருக்கவும் புடிக்கல..பா..என்னை விட்றுங்க..பா" சொல்லி அழுது மயங்கியும் போனாள் வசு.. சாரதாவும்..

கண்ணப்பனும் அன்று இரவு கூடி அமர்ந்து பேச..

சாரதா.."என்னங்க..அவளை அவள் போக்கிலே விட்டுடுங்க..எத்தனையோ முறை நானும் வசுகிட்ட கனிவாக பேசிப் பார்த்துட்டேன்..பலன் இல்ல.. வசு எப்படியும் என் அன்புக்கு கட்டுப்படுவானு தான் நானும் இத்தனை நாள் பொறுமையா இருந்தேன்.. ஆனா..இனி..என்று சாரதா விசும்ப..அவர் செய்வதறியாது கலங்கிப் போனார்..

எனக்கு நம்பிக்கை இருக்குதுங்க .. என்னிக்காச்சும் ஒருநாள் அவ கண்டிப்பா மாறிடுவா..என்னைத் தேடி வந்து "அம்மா"னு கூப்பிடுவா..பாருங்க..ம்..நிச்சயமா வருவா..நீங்க வேணா பாருங்க..என்று சாரதா பேசுவது தனக்கு தானே சொல்லிக் கொள்வது போல் தோன்றியது கண்ணப்பனுக்கு..

நாட்கள் வருடங்களாக உருண்டு ஓட..கல்லூரி படிப்புக்கு..தன் தந்தையிடம் தான் சென்னையில் உள்ள தனியார் ஆடை வடிவமைப்பு தொழில் நுட்ப கல்லூரியில் தன் தோழிகளுடன் சேர்ந்து படிக்க..தனது விருப்பத்தை தெரிவிக்க அவரும் வேறு வழியின்றி..சம்மதம் சொல்ல..படிப்பை முடித்ததும்..பெங்களூரில் உள்ள ஒரு நிறுவனத்தில் பணி நியமன ஆணை வர..அங்கேயே தொடர்ந்து பணிபுரிந்து வந்தாள்..

வசு..
****

அம்மா..யாரு. ம்..மா..அந்த பாட்டி... வசு..அதிர்ந்தாள்.. சொல்லுங்க..ம்..ம்.. மா.. அவங்க..உன்..பா.. ட்ட...டி.. ம்..ம்..மா..திக்கித் திணறி.. அழுதவாறு சொல்ல.. அம்மா..நீங்க ஏன்..மா.. அழரீங்க.. அழுதவள்..உள்ளே அறைக்குச் சென்று கதவை தாழிட்டு கொள்ள.. விசும்பி வெடித்தாள்.. வசு..

என் மக இன்னிக்கு உங்களைப் பத்தி கேட்டதைக் கூட நான் என் அப்பாவை பார்த்து அன்னிக்குக் கேக்கவே இல்லையேம்மா..

உங்க மனச நான் புரிஞ்சிக்கவே இல்லைம்மா.. அம்மா..மா..மா..அம்மா.. தப்பு பண்ணிடேன்மா..என்னை மன்னிச்சிடுங்கம்மா.. மன்னிசிட்டேன்னு ஒரு வார்த்தை சொல்லுங்கம்மா.. அம்மா..மா..மா..கதறி அழுது கொண்டு இருந்தாள்..மடை திறந்த வெள்ளம் என..கண்ணீர்..பெருகி ஊற்று எடுக்க.. மீண்டும் அன்றைய நாள் கண்ணுக்குள் வந்து போனது சாரதா நாளைக்கு நம்ம பொண்ணு வசு வரா..படிச்சு முடிச்சு..இப்போதாண்டி மனசுக்கு சந்தோஷமா இருக்குடி..

எனக்கும் தாங்க.. ரொம்ப சந்தோஷமா இருக்குங்க..எதிர்பார்த்து காத்துட்டு இருக்கேங்க.. மறுநாள் ..வாசலில் சத்தம் கேட்க.. இருவரும் வசுவை இணைந்து வரவேற்க..

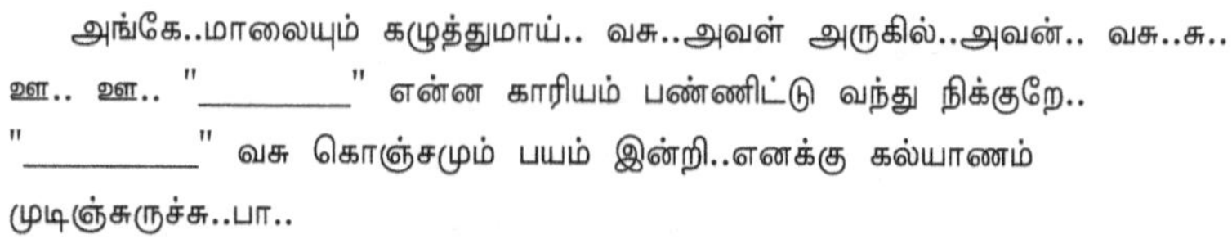

அங்கே..மாலையும் கழுத்துமாய்.. வசு..அவள் அருகில்..அவன்.. வசு..சு.. ஊ.. ஊ.. "________" என்ன காரியம் பண்ணிட்டு வந்து நிக்குறே.. "________" வசு கொஞ்சமும் பயம் இன்றி..எனக்கு கல்யாணம் முடிஞ்சுருச்சு..பா..

அவரு என் கூட படிச்சவர்..எனக்கு அவரை புடிச்சிருக்கு..அவருக்கு என்னை பிடிச்சுருக்கு..சோ..கல்யாணம் பண்ணிக்கிட்டோம்..அவரு பேரு ஆனந்த்..பா.. "________" உங்ககிட்ட சொன்னா..நீங்க கல்யாணம் பண்ணி வைக்க மாட்டிங்க பா.. அதான்..நானே..அவள் சொல்லி முடிக்கவில்லை..

"பளார்" என்று கன்னத்தில் விழ..அதிர்ச்சியில் உறைந்து போய் நின்றாள்.. அப்பா..ஆ..ஆ.. இனி அப்படி கூப்பிடாதே என்னை ..வெளிய போ..

இனி இந்த வீட்டில் உனக்கு இடம் கிடையாது...இத்தனை தூரம் பண்ண எனக்கு உனக்கு எப்பிடி கல்யாணம் பண்ணனும்னு தெரியாது எனக்கு..பேச வந்துட்டா பெருசா.. போ என் கண்ணு முன்னாடி நிக்காத.. இனி..என்று சொல்ல.. சாரதா தான் தவித்து போனாள்... அப்படி சொல்லாதீங்க..அவ நம்ம பொண்ணுங்க அவங்கள ஆசீர்வாதம் பண்ணி உள்ள கூப்பிடுங்க.. வசு நீ உள்ள வாம்மா..

அப்பாகிட்ட அப்புறமா பேசிக்கலாம்..வா கண்ணு...
"________"

எனக்கு உங்க அனுதாபம் தேவை இல்லை ..ஆதரவும் தேவை இல்லை..எனக்கு பிடிச்ச வாழ்க்கை..நானே பாத்துக்கிறேன்.. உங்க தயவும் வேணாம்..எனக்கு...நா போறேன் பா..

திரும்பி பார்க்காமல் சென்றாள் வசு... வசு..வசு.. ம்மா.. திரும்பியவளை அழைத்து..கைகளைப் பிடித்து.. வாஞ்சையுடன்.. வசு..கண்ணு.. இப்பிடி எல்லாம் பேசாதேமா..அப்பா ஏதோ ஒரு கோவத்துல.. பேசிட்டாரு..எதுவாயிருந்தாலும் உள்ள போயி பேசிக்கலாம்..வாம்மா..

அவரைக் கூட்டிட்டு உள்ளா வாம்மா..வாங்க மாப்பிளை..என்று அழைக்க.. சாரதா..."என்னைப் பொறுத்தவரைக்கும் அவ எப்போ செத்துப் போயிட்டா..இனி அவளோட நமக்கு எந்த ஒரு ஒட்டும் உறவும் இல்லே..அவளை போக சொல்லு"... என்னங்க..இந்த ஒரு தடவை மட்டும் நான் சொல்ல வர்றதை கேளுங்க.. போதும் போ நீ உள்ள.. கதவு சாத்தப்பட்டது.

****

பட பட வென்று கதவு தட்டும் சத்தம் கேட்டு கதவைத் திறந்த வசு..தன் மகள் நிற்பதைப் பார்த்து.. ஓ..ஓ..வென்று கதறி அழ..சுற்றி நிற்கும் சொந்தங்கள்..புரியாமல் பார்க்க.. ஆனந்த் தன் மனைவியைக் குழப்பத்துடன் நோக்க.. அவளோ..

" ஸ்ருதியிடம்..அம்மாவை விட்டுப் போயிடுவியா?

என் தங்கமே..வாடா..என் அழகு குட்டி செல்லமே!" ஏன்மா? நீங்க இப்படி பேசுறீங்க? நா உன் கூட தான் இருப்பேன் ..நீ என்னை விட்டுப் போகாதம்மா.. நா உன் பொண்ணும்மா..எனக்கு நீங்க ரெண்டு பேரும் வேணும்மா.. மகளின் வார்த்தையில் கட்டுப்பாட்டையும் மீறி அழுதாள்..

கண்ணீரின் உணர்வுகளில் தத்தளித்தவள்..தன் மகளை சிறிதும் விட்டுக் கொடுக்க மனம் இன்றி.. இல்லைம்மா..அம்மா உன் கூடவே தான் கண்ணு இருப்பேன்..போக மாட்டேன்டா..நீயும் அம்மாவை விட்டுப் போகக் கூடாது..சரியா?என்று அவளை மார்புறத் தழுவிக் கொண்டாள்.. யாருக்கும் புரியவில்லை "வசு ஏன் வீண் பயம் கொண்டு இப்படி அழுகிறாள் என்று"..

அவளும்..அவள் கணவனும் மட்டுமே அறிந்த உண்மை..அது . சாரதாவை தாய் என்ற ஸ்தானத்தில் வைத்துப் பார்க்க முடியாத அவள் எண்ணம்..இன்று தான் பெறாத மகளை..பெற்ற மகளாக அவள் பார்க்கும் எண்ணம்..இரண்டுக்கும் அதிக வித்தியாசம் இல்லைதான் என்றாலும் அவளின் சுயநலம் இதில் போட்டிப் போட்டுக் கொண்டு இருக்கிறது..

ஸ்ருதியை மகளாய் உறவு கொண்டாடும் வகையில்..வசுவின் மகள் தான் .. விவரம் புரியும் வயதில்..இப்போது இருக்கும் அந்த எண்ணம் கடைசி வரை இருக்க வேண்டுமே..அதற்கு கடவுளின் அருளும் வேண்டுமே.. அன்று சிறுவயதில் நடந்த நிகழ்ச்சிகள் கண் முன் தோன்ற..நாளை? என்பது கேள்விக்குறியாக நின்றது தகுந்த விடை காண முடியாமல்..கலக்கத்தோடு ஏறிட்டவள்.. கேள்விக்கான விடையாய்..சாரதாவின் புன்னகை பூத்த முகம் நான்கு சட்டத்திற்குள்.. இருக்க..மனதுக்குள் உருகி வேண்டி நின்றாள்..

வசு..தான் சிறுமியாய் இருந்த பருவத்தில் செய்த தவற்றை உணர்ந்து..இருகரம் கூப்பி அந்த ஆத்மாவை வணங்கினாள்.. காலம்தான் எத்தனை நியாயங்களை கற்பிக்கிறது மனித உறவுகளுக்கு..அதைப் புரிந்து கொள்ளும் சக்தியோ.. ஜீவனோ..உயிரின் ஜீவ அணுக்களில் இல்லை என்பதே காலம் கடந்து அறியப்படும் உண்மை. இதயம் என்னும் சிம்மாசனத்தில்..அரியணை ஏறும்..உறவுகள் மிகக் குறைவு.. அதுவே தாய்..மகள்..மகன்..உறவில் அன்பும் காதலும் பாசமும் நேசமும்..போட்டியிட்டு பொன்னூஞ்சல்..ஆடுமே.. கவிதைகளும் புனையுமே..அழகிய ஓவியமும் வரையுமே.. உயர உயர பறக்க நினைக்கும் சிறார்களின் மனதைப் புரிந்து கொள்ள முயற்சி செய்ய வேண்டும்..உறவுகளின் முக்கியத்துவத்தை உணர..வைக்கவும் வேண்டும்..இன்றைய பெற்றோர்கள்.. வசுவின் மனதில் ஆடிய பொன்னூஞ்சல்..தாய்ப்பாசத்தின் பிணைப்பை ஸ்ருதியின் வடிவில் உணர வைத்தது ..

அம்மா..எத்தனை வலித்திருக்கும் உனக்கு.. என்னுடைய உதாசீனம் ..நிராகரிப்பு..உனக்கு எத்தனை பலவீனத்தை கொடுத்திருக்கும்.."காலம் கடந்து உணரும் பாசத்துக்கும் அன்புக்கும் வலிமையில்லை".. என்ற உண்மையை நிதர்சனத்தை எனக்கு உணர்த்திட்டீங்க..ம்மா.. அம்மா..என்னை மன்னிச்சிடுங்க..ம்மா..நான் செஞ்ச பாவத்துக்காக என் மகளை என்கிட்ட இருந்து பிரிச்சுடாதீங்க..ம்மா..என்று மண்டியிட்டு அழுதாள் வசு.. தாய்மையின் மகத்துவத்தை புரிய வைத்த இரு தெய்வங்களையும் மனதுக்குள் தொழுதாள்..ஒரு தெய்வத்தை இழந்தாலும்..அவள் இழக்க விரும்பவில்லை..மகள் என்னும் தெய்வத்தை..

குழந்தை வசுவுக்கு..பக்குவமாய் பேசிப் புரிய வைத்து இருந்தால்.. அருமையான ஆத்மார்த்தமான புனிதமான உறவை அவள் இழந்து இருக்க மாட்டாள். காயங்களுக்கும்..கடந்து வரும் துன்பங்களுக்கும் காலம் தானே மருந்து.. "அன்பு..காதல்.. தாய்மை..வெறும் எழுத்துக்களே.. பெண்கள் இல்லை என்றால் இவை மண்ணில் மலர்வதில்லை"..

"பெண்மையின் புதுக்கவிதை அவள் பெற்றெடுக்கும் குழந்தைகளே" "சிறார்களின் உணர்வுகளைப் புரிந்து கொள்ள முயற்சி செய்யுங்கள்.. ஆழமான புரிதல் அன்பான உறவுகளுக்கு அஸ்திவாரம் பலமாக அமைக்கும்"!!! முற்றும்?

10

அழுக்காறு ஜன்னல்

இன்றும் கூட தன் வீட்டு ஜன்னல் வழியே பார்த்துக் கொண்டு இருந்தாள்..சுதா.. எதிர் வீட்டை..

பார்த்ததும்..தன் தலையில் அடித்துக் கொண்டு சென்றாள்.. முணு முணுத்துக் கொண்டே..

இன்னிக்கும் அதே மாதிரி தான் இருக்கு..

ஏண்டி..சுதா என்னாச்சு?

"ஏங்க.."

சொல்லு கேக்குறேன்..சும்மா..கூவிட்டு இருக்காத..சொல்லு..

எங்க..இன்னிக்கும் நா பாத்தேங்க..அதே மாதிரிதான் இருக்கு..

நீ பாத்தே.. ஆமாங்க...நான் பொய் சொல்லுவேனா?

சரி இருக்கட்டும்..எனக்கு பசிக்குது.. மொதல்ல சாப்பாடு போடு..முக்கியமான வேலை இருக்கு.. சீக்கிரம் போகனும்..

இதோ வரேங்க..

சரவணன் சென்று விட..

அவள் தூங்கி எழுந்து.. இரவு உணவுக்கு வேண்டிய வேலைகளை முடித்து விட்டு..கூடத்தில் அமர..சரவணன் அவள் அருகில் வந்து ஏம்மா..சுதா..

இன்னும் ஒரு மாசத்துல பொங்கல் பண்டிகை..வருது..இல்ல.. ஆமாங்க..

வீட்டை ஒட்டடை அடிச்சு சுத்தம் பண்ணனும்.. ன்கிற..எண்ணம் இருக்கா இல்லையா?

"________"

என்னடி..சத்தமே காணோம்?

அது வந்துங்க..

எனக்கு உடம்பெல்லாம் வலி..

நீங்களும்..என் கூட..ஒத்தாசையா...என்று இழுக்க..

சரவணன் சிரித்தான் ...

சரி பண்ணிடலாம்.. ஒரு வாரம் கழிந்தபின்..

ஞாயிற்றுக்கிழமை..காலை

அன்றும் காலை வழக்கம் போல..சுதா.. எதிர் வீட்டைப் பார்க்க..வழக்கம் போல..அவளின் பார்வை.. ஏளனமாய்..

என்னங்க...பாருங்க..இன்னிக்கும் அந்த எதிர் வீட்டு..

மொட்ட மாடில காயுற துணிங்க..ஒரே அழுக்கா..ஐயோ...எனக்கு சிரிப்ப அடக்க முடியலைங்க.. சரவணன் அவளை..முறைக்க..

அவன் கண் முன்னே நிற்காமல் சென்று விட்டாள்... வேகமாக.. அடிக்கடி அவள் பார்ப்பதும்..அழுக்கான துணிகள் பார்த்து சலித்துக் கொள்வதும்..

என்னிக்கு தான்..இவ.. வெள்ளையா தொவைப்பாளோ..தெரியல.. என்று தலையிலடித்துக் கொள்வதும் வாடிக்கையாகிப் போனது.. மீண்டும் ஒரு வாரம் கழிந்தது..

இரண்டு நாட்கள் முன்னதாக தான்..இருவரும் சேர்ந்து..வீட்டை சுத்தம் செய்து பளிச்செ<ன்று.. வைத்து பண்டிகைக்கு அலங்கரிக்க..களை கட்டியது பொங்கல்.. விடிந்தால் போகி.. அதற்கும் முதல் நாள் காலை... எதேச்சையாக.. ஜன்னல் புறம் திரும்பியவள்...

ஆம்..அவள் கண்களையே அவளால் நம்ப முடியவில்லை.. எதிர் வீட்டு மொட்டை மாடியில் காய்ந்து கொண்டு இருந்த துணிகள் எல்லாம் பளிச்செ<ன்று வெண்மையாக தெரிந்தது... அப்பாடா...இன்னிக்கு தான்.. அந்த எதிர் வீட்டு முனியம்மாவுக்கு.. துணி துவைக்க தெரிஞ்சு இருக்கு..

இவ்ளோ நாளும்..கண்ணுக்கு அழுக்கா இல்ல..இருந்துச்சு.. இப்போ எப்படி.. ஹாங்..இப்படித்தான்.. சுதா... இப்போதான அழுக்கு. தூசு..படிஞ்ச நம்ம வீட்டு ஜன்னல்..

பளிச்சுன்னு இருக்கு..

"———"

என்னங்க சொல்றீங்க.. சற்று யோசித்தவள்.. இன்னும் புரியலயா..சுதா..உனக்கு...

நான் என் தப்பை உணர்ந்துடேங்க..என்னை மன்னிச்சிடுங்க.. இப்போதெல்லாம் சுதா.. தன் வீட்டு ஜன்னலை கவனிக்க தவறுவதே இல்லை.. முற்றும்..

11

அவன் வருவானா

அவளின் காந்த விழிகள் ஆச்சரியத்தில் விரிந்தது..விரிந்த விழிகள் பரவசத்தால் இரண்டாம் எண் பிளாட்பாரத்தை நோக்கியே..அந்த ஜன்னல் ஓர இருக்கையைப் பார்த்தது..பார்த்ததும் காற்றுப் போன பலூன் போல..முகம் புஸ்சென்று சுருங்கியது..

அந்த இரயில்வே பிளாட்பாரத்தில் கூட்டம் அதிகம் இல்லை என்றாலும்..காலை வேளை 9.00 மணி அளவில் பரபரப்பாகவும்,சுறு சுறுப்பாகவும் இயங்கிக் கொண்டு இருந்தது..

அவளின் கண்களோ..இன்னும் அந்த நடைபாதையில் நடந்து கொண்டே,அந்த இருக்கையை வெறித்துப் பார்த்துக் கொண்டே வர..எதிரில் வந்த ஒரு பெண்மணி..மேல் இடித்து விட..அந்த பெண் இவளை திட்டியது கூடத் தெரியாமல்.. வேகமாக ஓடிச் சென்று ரயிலைப் பிடிக்க.. கல் இடறி கீழே விழுந்து..

எழுவதற்குள் ரயில் வேகமெடுத்து கிளம்ப,சற்று தூரத்தில் புள்ளியாய் சென்று மறைந்தது.. அதுவரை அடக்கி வைத்திருந்த கண்கள் கண்ணீரை சொரிய ஆரம்பித்தது..தேம்பி அழுதவள், பசியும் தாகமும்..சேர்ந்து அழுத்த மயங்கினாள்..அவள்.. சோர்ந்து போன கண்களுக்குள் இருந்த கனவுகள் தான் எத்தனை..எத்தனை..!!! இப்படித்தான் தினமும்..வாடிக்கையாக இவள் வெறித்துப் பார்ப்பதும்...

ரயிலைப் பிடிக்க ஓடுவதும்..மயங்கி விழுவதும் வேடிக்கையாகிப் போனது..நடமாடும் மக்களுக்கு.. அந்த மயங்கிய கண்கள் தான் எத்தனை அழகு... காட்சிகள் விரிந்தது.. பேதையவளின் விழிகளுக்குள்.. ஐந்து வருடங்களுக்கு முன்னால்.. பனி பொழியும் மார்கழிக் காலைப் பொழுதில்..

ஒரு நாள்.. அரக்கோணம் ரயில்வே ஸ்டேஷன்.. ஸ்டேஷனுக்குள் வந்தவள்..எட்டிப் பார்க்க..ரயில் கிளம்பி விட்டிருந்தது.. புறப்பட்ட ரயிலைப் பிடிக்க ஓடி வந்து ஏற..ஒரு காலை ப் படியில் வைத்து இன்னொரு காலை உள்ளே வைக்கும் போது கைகள் பிடி நழுவியது..

தடுமாறி விழப் போகும் நேரத்தில் ஒரு வலிய சிவந்த கரம் அவளின் இரு கைகளைப் பிடித்து உள்ளே இழுத்தது.. அவள்..ராதா.. நடிகை ராதாவை நினைவு படுத்தும் அழகு இழுத்த வேகத்தில் அவன் மேல் வந்து விழுந்தவளின் கேசம்...அலை அலையாய் மின்ன..கூந்தல் காற்றில் மோதி அவனின் சட்டை பொத்தானில்..சிக்கிக் கொள்ள..இருவரும் தடுமாறி ஒருவரை ஒருவர்..நெற்றியில் இடித்துக்கொள்ள..இருவர் கண்களும் நிமிடத்தில் சந்தித்துக் கொள்ள ஏகாந்தம் ஆகிப் போனது.. ஒரு வழியாக முடியை பொத்தானில் இருந்து எடுத்தவள்..திரும்பிப் பாராது நடந்து காலியாய் இருந்த இருக்கையில் அமர்ந்தாள்.. ஒரு கணம் தான்..ஒரே ஒரு பார்வை தான்..

விழுந்து விட்டாள் அவனின் கன்னக் குழியில்.. கதிர்வீச்சு பார்வையில்..கணைகள் அம்பாய் விழுந்த வண்ணம்..இருக்க..காதலோ அவளின் இதயத்தைத் துளைத்து விட்டு இருந்தது.. அவனின் பார்வை அம்புகள் இவளின் கடைவிழியைத் தாக்க..காதல் அணுக்கள் ஒன்று சேர்ந்து வேதி வினை புரியத் தொடங்கியது.. தினமும் இருவரும் சந்தித்துக் கொள்ளும் படி..இவர்கள் பயணம் இருக்க.. ஒரு நாள்.. அவள் அமர்ந்து இருந்த இருக்கை நோக்கியே அவனது பார்வை நீண்ட நேரம் இமைக்காது..அவளின் கண்களில் ...

நிலைக் குத்தியிருக்க..

அவள் சங்கடத்துடன்..

வேறு பக்கம் திரும்பிக் கொண்டாள்..

பார்த்தவன் பார்த்ததோடு நில்லாமல்..அவளின் கைகளைப் பிடித்து வலப்பக்கமாக இழுத்தான்.. அவள் இருக்கையின் ஓரம்..இடப்பக்கமாக ஒரு ஆணி துருத்திக் கொண்டு இருந்ததைக் கவனித்தவன்.. அவளைப் பிடித்து இழுக்க..அவள் மீண்டும் தன்னை சரியாக இருக்கையில் பொருத்திக் கொள்ள..அவனது ஸ்பரிசம் மூச்சை முட்டியது.. தனது நிறுத்தமான கல்லூரி சாலையில் இறங்கினாள் அவள்..அவனைத் திரும்பிப். திரும்பிப் பார்த்தவாரே.செல்ல..அவளின் அழகிய நடையை ரசித்தவன்..

ஒரு நீண்ட பெருமூச்சு விட்டான்..ஆகாயத்தைப் பார்த்து.. எத்திராஜ் விஸ்.காம்..இளங்கலை இரண்டாம் ஆண்டு மாணவி அவள்..டில்லியில் பிறந்து வளர்ந்தவள்..படிப்புக்காக சென்னை வந்தவள்.. அவனோ..அதே கல்லூரியின் விஸ். காம்.முதுநிலை மாணவன்.. கல்லூரியில் அவன் நினைவுகளில் மூழ்கியே..நேரம் போவது தெரியாமல் காலம் இப்படியே ஓடியது..இருவருக்கும்..

ஆறு மாதம் கழித்து ஒரு நாள்.. ராது..அழைத்தான் அவன்.. ஹ்ரம்ம்.. நீ வீட்டுல சொல்லி சம்மதம் வாங்கிட்டியா நம்ம கல்யாணத்துக்கு..

இல்ல.. ஹரி.. சொல்ல பயமாயிருக்கா? சொல்லிட்டா..அடுத்த நிமிஷம் என்னாகுமோ? என்ற பயம் தான்..நீ சொல்லிட்டியா? ஹரி.. அம்மா மட்டும்தான்..அப்பா இல்ல..நா ஒரே புள்ள அம்மாவுக்கு..சோ..கட்டாயம் அம்மா சம்மதிப்பாங்க.. அப்பா ரொம்ப கண்டிப்பானவரு.. ஹரி..அடுத்த வாரம் DIG யா..போஸ்டிங்..டெல்லியில் இருந்து வந்துடுவார் அப்பா.. ரெண்டு மூணு வருஷத்துக்கு ஒரு தரம் மாறிக்கிட்டே இருக்கணும்..அவருக்கிட்டே சொல்ல திராணி இல்ல.. ஹா.. ஹா..ஹ்..சிரித்தான்..போலீஸ்காரன் பொண்ணுன்னு நிரூபிக்குற..சீக்கிரம் சொல்லி பெர்மிஷன் வாங்கு ராது.. எனக்கு நீயும் வேணும்..என் குடும்பமும் வேணும் ஹரி..

அவள் கண்களில் கசிந்தது கண்ணீர்..உன்னோட நான் இருக்குற ஒவ்வொரு நிமிஷமும் எனக்கு பொன்னான காலம் தான் ஹரி.. அதற்கு மேல் அவளால் தன் காதலை வெளிப்படுத்தத் தெரியவில்லை.. ஹரி..நல்லவன் தான்..ஆனால் பெரிய புள்ளிகளின் வாரிசுகளின் நட்பு சகவாசம் அதிகம் உண்டு..கல்லூரி காலத்தில் இந்த நட்புகளின் அருகாமை அப்போது இனித்திட..தவிர்க்க முடியவில்லை இப்போது..இன்றும் தொடர்ந்து கொண்டுதான் இருக்கிறது..

பெரிய இடத்து நண்பர்களால் அவ்வப்போது ஸ்டேஷன்கு..அவர்களோடு செல்பவன் தான்..தாய்க்குத் தெரியாமல்.. ராதாவைப் பார்த்த நாளில் இருந்து இவர்களின் சகவாசத்தை உதறி விடலாம் என்று நினைத்தவனுக்கு.. உதறலாகத்தான் இருந்தது..காதலியின் அப்பா..காவல்துறையில் மிக உயர்ந்த பதவியில் இருப்பதை நினைத்து.. ஹரியைத் தவிர அவனின் நட்புகள் அனைவரும் ஒரு இடத்தில் குழுமியிருக்க..அடுத்த நாள் செய்யப்போகும் கடத்தலுக்கு திட்டம் போட்டு..

அதை எப்படி செயல்படுத்துவது என்று விளக்கமாக வரைபடம் வைத்து தன் நண்பர்களுக்கு விளக்கிக் கொண்டிருந்தான்..ஹரியின் நண்பனும்..அந்தத் தொகுதி எம்.எல்.ஏ.வும் ஆன..ஒரு பிரமுகரின் மகனும் ஆகிய சரண்.. கிட்டத்தட்ட ஒரு மணி நேரம்..தான் செயல் திட்டத்தை விளக்கிக் கொண்டிருந்தவன்..கூடவே நாளை ஜெயில் இருந்து விடுதலை ஆகி வரும் தனது தந்தையின் பரம எதிரியான பாண்டுரங்கனை..போட்டுத் தள்ளுவதற்கும்..சிறப்பான திட்டம் வகுத்தான்.. டேய்..நான் சொல்றதை கொஞ்சம் கவனமா கேளுங்கடா..என்று அனைவரின் கவனத்தைத் தான் மீது இருக்குமாறு மீண்டும் ஒரு முறை திட்டத்தின் சாராம்சத்தை முழுமையாக விளக்கி,சொன்னவன்,

டேய்..

புறுஞ்சுதாடா எல்லாருக்கும்..

விடுறா மச்சான்..

பாத்துக்கலாம்..

ஒய்..அதுக்கில்லடா..

எதுவும் சொதப்பிடக் கூடாது மச்சான்..எல்லாம் சரியா நடக்கணும்..இல்ல நாம எல்லாரும் மாட்டிப்போம்.. மச்சி..ஏன்..ஹரி வரல.. டேய்..அவன் ஒரு பொண்ண டாவடிக்குறான் டா..அவளோட அப்பன் போன வாரம் DIG யா புரொமோஷன் இல வந்துருக்கான் போல..பய பயப்புடுறாண்டா..கூப்பிட்டேன்..

இனி இந்த மாரி வேலைக்கு எல்லாம் வரமாட்டேண்ணு கட் அண்டு ரைட்டா சொல்லிட்டாண்டா அவன்.. அவன் நட்புகளில் ஒருவன்..மச்சி..ஒருவேளை அவன் நம்மளை காட்டிக் கொடுத்துட்டா..என்ன செய்ய.. அந்த அளவுக்குலாம் அவன் போக மாட்டாண்டா..இது இன்னொருவன்..

சரண் மச்சி.." எனக்கென்னவோ இதுல நம்பிக்கை இல்ல"..அவன் எதோ ப்ளான் பண்றான் மச்சி.. அப்படிண்ற.. ஆமாடா.. சரண்..தன் மோவாயைத் தேய்த்துக் கொண்டே.. சிகரெட்டைத் தன் உதடுகளுக்கு இடையில் பற்ற வைத்தவாறே.." அப்புடி அவன் நமக்கு இடைஞ்சல் கொடுத்தான்னா..

போட்டுத் தள்ளிருவோம் டா.. அவனையும் சேர்த்து.. சரணின் கண்களில் கோபம் தெறிக்க..டேய்..அந்த பாண்டு நாளைக்கு காலையில 10 மணி போல வந்து இறங்குறான் ஸ்டேஷன் இல..அவன் வர்ற நேரம்..கரெக்டா குறி வெச்சு அவனை போடறோம் சரியா.. தூங்கிட போறீங்கடா.. ஹரியும் அவன் ஆளும் அதே ட்ரெயின்ல தான் இருப்பாங்க..அவன் எதாச்சும் இடக்கு பண்ணான்னனா அவனையும் சேர்த்தே..சீவிடுங்கடா.. "ஹா.. ஹா.. ஹா.." என்று அனைவரும் சிரிக்க..

சற்று நேரத்தில் பேசிக்கொண்டி௵ந்து விட்டு கலைந்தனர் அவர்கள்.. மறுநாள்..விடிந்தது அனைவருக்கும்.. வழக்கம் போலவே..அன்றும்..பயணிகளை சுமந்து கொண்டு வந்தது அரக்கோணம் எக்ஸ்பிரஸ்.. காலை மணி 10.30 ராதாவின் தந்தை சென்னை வந்து பணியில் சேர்ந்ததில் இருந்து ஸ்டேஷனுக்கு கொண்டு வந்து விடுவதும்..அழைத்துக் கொண்டு செல்வதும் அவரின் முக்கிய வேலையாய் இருந்தது..சிரமம் என்றாலும் கெட்டுக் கிடக்கும் காலம் எண்ணி..இப்பணியைக் செய்து வந்தார்.. தன் ஒரே மகளின் வாழ்க்கையைக் கருத்தில் கொண்டு.. அன்றும் அப்படித்தான்..தன் மகளைக் கொண்டு வந்து விட்டவர்..திரும்பி செல்லும் போது..சில ரவுடிகள் அங்கும் இங்கும்..திரிந்து கொண்டு இருந்ததைப் பார்த்து விட்டு..

சுற்றியும் தனது பார்வையை..ஓட விட்டவர்..குறிப்பிட்ட பெரும்புள்ளியின் வாரிசும்..அங்கே நடமாடுவதைக் கண்டவர்..தரமான சம்பவம் எதோ நடக்க

இருப்பதைக் குறிப்பால் உணர்ந்தவர்..அலைபேசி எடுத்து சில விஷயத்தை பேசிவிட்டு..தன் கழுகுப் பார்வையால் கண்காணித்தவர்..கவனிக்க மறந்தார்..தன் மகள் இருக்கும் கம்பார்ட்மெண்டில்..ஒருவன் ஹரியை குறிப் பார்த்துக் கொண்டிருந்ததை.. அவளைப் பார்த்துக் கொண்டிருந்த ஹரியும் இவை எதையும் அறியாமல்..சிவனே என்று இருக்க.. சற்று நேரத்தில் பாண்டு ரயிலில் இருந்து இறங்கி நடைபாதை ஓரமாய்..நடந்து வர..ஆங்காங்கே சரணின் ஆட்கள்..

மறைந்திருந்து..தாக்குவதற்கு ஆயத்தமாய் இருக்க..அப்போதுதான் பாண்டுவை கவனித்தவர்..தனது துப்பாக்கியை எடுத்து..நீட்டுவதற்குள்.. சரியான சமயம் பார்த்து ஒருவன் விசில் அடிக்க.. கண் இமைக்கும் நேரத்தில்..சரமாரியான வெட்டுகள் நாலாப்புறம் இருந்தும்..பாண்டுவின் கழுத்தில் பட..அங்கேயே சுருண்டு விழுந்தான் பாண்டு.. அதே நேரம்.. சரண் தன் ஆள் ஒருவனிடம்..மச்சி அவனை விட்டிராத..சாட்சி அவன் மட்டும்தான் அவனையும் போட்டுரு..

சொல்லி முடிக்கவும்..அவனோ தான் நின்ற இடத்தில் இருந்தே ஹரியை.. குறிப் பார்த்து சுட்டான்..மூன்று முறை.. கண்ணெதிரே தன் காதலன் கீழே சரிவதைப் பார்த்தவள்.. ஹரி.. ரீ.. ரீ.. ரீ.. அவளின் சத்தம் வெளியே எதிரொலியாக சிதற..மயங்கி விழுந்தாள்.. இத்தனையும் மிக அமைதியாய் நடந்தேற..மக்கள் கூட்டம் செய்வதறியாது.. வேடிக்கை மட்டுமே பார்த்தது..

அவளின் மனம் முழுவதும் நிறைந்து இருந்தவன்.. ஜீவனாய் அவளை ஆட்கொண்டவன்..பார்வையிலே காதலை வளர்த்தவன்..பால் நிலவாய் அவளை ஒளிரச் செய்தவன்.. இன்று அவளை விட்டு..நிரந்தரமாய் பிரிந்தவன்..இனி வாராமலே.. பாவம்..ராதா.. அன்று கலங்கிய சித்தம்..மனதில் ஏறிய காதல் பித்தம்..மொத்தத்தில் அவனின் நினைவினின்று மீண்டு வர இயலாமல்.. மறந்தாள் சுற்றி இருப்பவர்களை.. அவனின் நினைவுகள் மட்டும் புல்லாங்குழல் கீதமாய் அவளுள் அவன் நீங்காமல் ஆட்டிப் படைத்துக் கொண்டிருக்க.. இதோ..இப்போது..இந்த ரயில் நிலையத்தில்.. பையித்தியமாய்..

"அவன் வருவானா"

என்ற ஆதங்கத்தில்..

பூத்திருக்கும் விழிகளோடு..காத்திருக்கிறாள்..அவனுக்காக.

. அவன் இருந்தவரையில் அவளுக்கு பொற்காலம்..வசந்தமாய் வீசிய காற்று..இப்போது வாடைக் காற்றாய் அவளைச் சுற்றியே சுழற்றி அடிக்க...

வந்து கொண்டிருந்த புகைவண்டியை நோக்கி ஓடினாள்..

அவள்.. ஓடுவாள் .. ஓடிக் கொண்டிருப்பாள்..

அவளின் பொற்காலம் நோக்கியே.. அவளின் பயணம் இனி.. பாவம் அவளுக்குத்தான் தெரியவில்லை.. படுகுழியை நோக்கி ஓடிக் கொண்டிருக்கிறாள்

என..

முற்றும்..

12

இனி பொற்காலமே

அந்த அறை இருட்டாக இருந்தது..

இரவு பத்து மணி..

அவன் தூங்கவில்லை அந்த அறை முழுதும் சில காகிதங்கள் கசக்கி எறியப்பட்டு இங்கும் அங்கும் சிதறிக் கிடந்தன.. அவன்..

மேஜை மேலே சாய்ந்து படுத்துக் கொண்டு ஏதோ.. கிறுக்கிக் கொண்டு இருக்கிறான் என்பது மட்டும் தெரிகிறது..ஆனால் அவன் தெளிவாய் இல்லை..

அப்படி என்னதான் கிறுக்கிக் கொண்டு இருக்கிறான்.. எட்டிப் பார்த்ததில்..ஒரு வெள்ளைக் காகிதம்..அதில் ஒரு பெண்ணின் படம் வரைந்து ஆனால் முழுதுமாய் இன்னும் முடிக்கப்படாமல் இருந்தது.. கும்மிருட்டில் அவன் முகம் தெளிவாகவும் தெரியவில்லை..

இல்லை..இல்லை..

அவன் முகம் முழுதும் தெரியாதபடி தாடி அதை மறைத்து இருந்தது.. திடிரென்று அவன் உதடுகள் முணுமுணுத்து..ஒரு பெயரை மெதுவாய் உச்சரித்தது.. கொஞ்சம் உற்றுக் கேட்டால்.. உஷா என்று இசைத்தது அவன் உதடுகள்..

யாரந்த உஷா?

டேய்...

நில்லுடா..

"________"

அவன் திரும்பி சென்று கொண்டிருந்தான் நில்லூடா..அப்பா சொல்றேன் இல்ல.. வாசலுக்கு சென்றவன் "என்னப்பா"...

பதில் சொல்லுடா..

இப்போ என்ன வேணும் உங்களுக்கு..

ஒரு முடிவு தெரிஞ்சாகணும்..இப்போ.. என்ன முடிவு? அப்பா பிள்ளை வாக்குவாதம் தொடர்ந்தால்.. மகா பாரதமே முடிந்து விடும்..அத்தனைப் பனிப்போர் நடக்கும் இருவருக்கும்.. என் பொறுமைக்கும் ஒரு எல்லை உண்டுப்பா.. என்னால கல்யாணம் பண்ணிக்க முடியாதுப்பா..

ஏன்ப்பா..இன்னும் அந்த பொண்ணு நெனப்பில இருக்கியா? அவன் மௌனமாய் இருக்கவே..மேலும் அவர் தொடர்ந்தார்.. இன்னும் எத்தனை முறை கேட்டாலும் என்னோட பதில்..முடியாது..முடியாது.. சொல்லி விட்டு திரும்பி பார்க்காமல் சென்று விட்டான் அவனது பதிலைக் கண்டு அவர் சற்றும் அதிர்ச்சி அடையவில்லை.. ஓராயிரம் முறையாவது அடித்துச் சொல்லியிருப்பான்...

கடந்த மூன்று வருடத்தில்.. என்ன காதலோ..இப்படிப்பட்ட அசைக்க முடியாத காதலா? ஆச்சரியம்..ஆனால்..அசந்து தான் போனார்.. இருக்காதா பின்னே... அவன் மனத்திரையில் ஊஞ்சலாடும் பெண் அவள் அல்லவா?..

அவன் விழித்திரையில் நடனமாடும் நடன மங்கை அல்லவா அவள்?

எப்படி மறப்பான்..

மறக்கக் கூடிய காதலா அது..

தான் உண்டு தன் வேலை உண்டு என்று கிடந்தவனை காதல் என்ற ஒற்றை வார்த்தைக்கு இத்தனை சக்தி இருக்கிறது என்பதை உணர வைத்த பாவை விளக்கு அவள் அல்லவா? பத்து ஆண்டுகளுக்கு முன்பு.. பாரதியார் கலைக் கூடம்..ஓவியம் மற்றும் இசைக் கல்லூரி..

டிரஸ்ட்புரம்..கோடம்பாக்கம்.. ஓவியம்,இசை அவன் உயிர்மூச்சு..இசை அவன் இரத்தத்தில் கலந்து இருந்தது.. பாரதியார் கலைக் கூடத்தின் ஓவியக் கலைப்பிரிவின் மூன்றாம் ஆண்டு மாணவன்..செந்தமிழ்..இசையும் கற்றுக் கொள்பவன்..நன்றாகப் பாடுவான்..நல்ல குரல் வளமும் உண்டு.. கர்நாட்டிக்.. கிளாசிக்கல் இசை இரண்டும் அவனுக்கு பிடித்தது..

ஓவியத்தில் அத்தனை ஆர்வம்..பன்னிரெண்டாம் வகுப்பு முடித்ததும் கலையார்வம் மேலிட..தனக்குப் பிடித்த துறையையே அவன் தேர்ந்தெடுத்து படித்தான்.. இறுதியாண்டு பருவத்தில் மாணவர்கள் வரைந்த ஓவியங்கள் அனைத்தும் காட்சிப்படுத்த வேண்டும் என்ற கட்டாயம் இருந்ததால்.. கல்லூரி சார்பாக கண்காட்சி நடத்தப்பட்டது.. அதுவே அவர்களுக்கு செய்முறை தேர்வும் கூட..

அக மதிப்பீட்டுக்கும் பயன்படுத்தப்படும் என்று நிர்வாகம் சொன்னதால் மாணவர்கள் கவனத்துடன் தங்கள் படைப்புகளை கையாண்டு இருந்தனர்.. அப்போது அந்த கண்காட்சியை காண வந்த மக்கள் கூட்டத்தில்..பார்வையாளராக ஒரு பெண்..மிக எளிமையாக இருந்த அந்த

பெண்..வைக்கப்பட்டிருந்த ஓவியங்களைக் கண்டு களித்தவாறு இருக்கையில்..

எங்கோ தனது பார்வையை படர விட்ட...செந்தமிழ்..எதோ ஒன்று மின்னலென அவனைத் தாக்க.. அவளைத் திரும்பிப் பார்த்தான்..பார்த்தவன் அதிர்ச்சியில் உறைந்து போனான்.. அவளை உற்றுப் பார்த்தவன் மீண்டும் தான் வரைந்த அந்த ஓவியத்தை..அவளுடன் ஒப்பிட்டுப் பார்க்க..

என்னே..ஆச்சரியம்..

அந்த ஓவியத்தில் இருந்த பெண்..

அவளை ஒத்து ஒரே மாதிரியே இருந்தாள்..

அப்போ அது ஆச்சரியப்படத்தக்க விஷயம் தானே.. தமிழ் இன்னும் அந்த அதிர்ச்சியில் இருந்து மீளவில்லை..நம்ப முடியாமல் மீண்டும் மீண்டும் பார்த்தவனின் இதழ்களில் புன்னகை தவழ்ந்தது.. மறுபடியும் திரும்பி அவளைப் பார்க்கும் போது அவள் அங்கே இல்லை..

அன்று மாலை வரை அவளைத் தேடி ஓய்ந்து போனான் அவன்..மறுநாளும் தேட..காணவில்லை அவள்.. சோர்ந்தே போனான்..ஆனாலும் அவளைத் தேடுவதை நிறுத்தவில்லை.. அவன் வீடு இருந்த இடம்..கோடம்பாக்கம், டிரஸ்ட்புரம் பகுதிதான்..

பார்த்தது என்னவோ..ஒரு நொடிதான்..அந்த பொன்னான தருணமே அவனை அலைக்கழிக்கப் போகிறது என்பதை அறிந்தான் இல்லை அவன்.. உண்மையில் அவன் அந்த ஓவியம் வரைய எடுத்துக் கொண்டது முழுதாய் இரண்டு மாதங்கள்.இரவு பகல் பாராது தன் உயிரைக் கொடுத்து வரைந்தான் அவன்.. அப்படி என்னதான் வரைந்தான்?

ஒரு பெண் தன் ஆடையை (புடவைதான்) முழங்கால் அளவுக்கு தூக்கி கட்டி..ஏர் பூட்டிய காளைகளோடு விவசாய நிலத்தை உழுதவாறு..

அமைந்த காட்சியை மிக தத்ரூபமாக வரைந்து இருந்தான்..நாத்து நடும் நிலை,நீர் பாய்ச்சும் நிலை,களை எடுக்கும் நிலை,மருந்து தெளிக்கும் நிலை,அறுவடை, மற்றும் நெல்மணிகள் சந்தைப் படுத்தும் காட்சி நிலை என விவசாயத்தின் சிறப்பு அம்சங்களை மிக அழகாக காட்சிப் படுத்தி இருந்தான் தமிழ்..

ஆண் பெண் பேதம் என்ன? பெண்களும் விவசாயம் செய்யலாம் என்ற கொள்கையை தனது ஓவியத்தின் மூலம்..அழகாய் தெளிவாய்..கருத்தாய் உணர்த்தியிருந்தான்.. அந்த பெண்ணை அத்தனை உணர்வுக் குவியல்களோடும் நேர்த்தியோடும் செதுக்கி இருந்தான்..அவன்.. ஆனால் அந்த பெண்ணே உயிர்த்து வந்து அவன் எதிரே தரிசனம் கொடுப்பாள் என்று அவன் எண்ணவில்லை..

வானில் இறங்கி வந்த தேவதையாய் அவளை தன் இதயக்கூட்டுக்குள் ஓவியமாகவே சிறை வைத்தான்.. தன் ஓவியத்துக்கு இத்தனை சக்தி உள்ளதா என்பதை அன்றுதான் உணர்ந்தான்..உயிர் இல்லா உருவத்துக்கு உயிர்ப்பு கொடுக்கும் சக்தி அவன் கரங்களுக்கு இருப்பதை...அவளைப் பார்த்த அன்றே அறிந்தும் கொண்டான்..இருந்தும் என்ன செய்வது கைக்கு எட்டியது வாய்க்கு எட்டாத கதையாக போனதே.. பல இரவுகள் அதை நினைத்து உறங்காதவன்..நிஜத்தில் அவள் மேல் காதல் கொண்டான்..ஆம்..ஒரு தலைக் காதல் தான்..வளர்பிறையாய் அவன் காதலும் வளர்ந்தது..

சுகமாய் இருந்தது இந்த ஒரு தலைக் காதல் அவனுக்கு..அவளை சந்திக்காத வரை..ஐந்து மாதங்கள் கழித்து மீண்டும் அவளை சந்தித்தபோது..அவன் நெஞ்சே வெடித்து போனது.. ஆம்..எதேச்சையாய் ஒரு கடை வாசலில் நின்ற போது..அவள் தன் கணவனுடன்.. கர்ப்பிணியாய்..

தாய்மைப் பூரிப்புடன்..அவன் கைகளைப் பிடித்தவாறு.. கலங்கிப் போனான் அவன்..அந்த நிமிடமே அங்கிருந்து அகன்றான்..தன் தோழி ஜெயஸ்ரீயிடம் சொல்லி வேதனைப்பட்டான்..தன் சுக துக்கங்களை அவளிடம் மட்டுமே பகிர்பவன்.. அவள் நினைவு அவனை வாட்டும் போதெல்லாம் கடிதங்கள் எழுதுவான்..அவளின் உருவப் படம் வரைந்து தனது டைரிக்குள் வைப்பான்..உறக்கம் வராத இரவுகளில்..

கவிதைகள் கிறுக்குவான்..

தன் இதயமெனும் பெட்டகத்தில் தன் காதலை மானசீகமாய் புதைத்துக் கொள்வான்..அவளின் அழகை நிலவின் முகத்தில் பிம்பமாய்..காண்பான்..

தன் தாயிடம் மட்டுமே அவளைப் பற்றி சொல்லியிருந்தான்..மா.. கட்டுனா அவளைத்தான் கட்டுவேன்.. இல்லன்னா..காலம் பூரா இப்படியே இருக்கேன்.. ஏன்..ராசா அப்புடி சொல்றே..உன் காதல் நிஜம்னா..அவ கண்டிப்பா உனக்கு தான்.. ஒரு நா உன்னைத்தேடி அவ வருவா பாரு ராசா..இது பலிக்கும்டா.. தன் ஓவியம் அவளை உயிர்ப்பித்தது போல..தன் அன்னையின் வார்த்தைகள் தன் காதலை உயிர்ப்பிக்குமா? என்ற கவலையில் நாட்களை கழித்தான்..

பத்து ஆண்டுகள் கடந்தது.. கர்நாடக அரசின் கலைக் கல்லூரியில்..பேராசிரியர் பதவி அவனைத் தேடி வர..பெங்களூருவில் செட்டில் ஆனான்.. பெற்றவர்களும் இறைவனடி சேர்ந்து விட...தனிமையில் இருக்கப் பிடிக்காமல்..பெங்களூரு வந்து விட்டான்.. எங்கே அவன் திருமணம் செய்து கொள்ளாமல் சாமியாராகி விடுவானோ என்ற பயத்தில் இறக்கும் முன் அவனிடம் சத்தியம் வாங்கிக் கொண்டார்..அவன் தந்தை.. நிகழ் காலத்திற்கு வந்தவன்..அவளின் நினைவுகளோடு..இசைக் கச்சேரிக்கு கிளம்ப ஆயத்தமானான்.. அவனது அப்பார்ட்மெண்ட் இல்..

மாலை ஒரு இசைக் கச்சேரி..நடக்க இருந்தது.. பிரபல ஹிந்துஸ்தானி இசைப் பாடகர் மேக்னா தண்டேகர்..அவர்களின் இசைக் கச்சேரிக்கு மக்கள் கூட்டம் கூட ஆரம்பித்தது.. அப்போது யோசித்தான்..தானும் ஒரு கச்சேரி அரங்கேற்றம் செய்தால் என்ன என்று..இதுவரை இதற்கான முயற்சி எடுத்ததில்லை.. இடையிடையே..அவளின் நினைவுகள் அலைக் கழித்த போது.

.எடுத்த முயற்சிகளையும் கைவிட்டான்..

இந்த chamber concert செய்தால் என்ன என்று நினைத்தவன் அதற்கான நடவடிக்கையில் இறங்கி..கச்சேரிக்கு அழைப்பிதழும் அடித்து விநியோகம் செய்தான் தெரிந்தவர்களுக்கு.. ஒரு நாள் மாலை இசை தொடர்பான நூலகத்திற்கு தகவல் திரட்ட ஜெயஸ்ரீ உடன் சென்றான்..music encyclopaedia பகுதிக்கு சென்று பார்த்துக் கொண்டிருக்கையில் எதிர்பாராவிதமாய்..அங்கே வந்தாள்..அவனின் தேவதை..உஷா..பதினைந்து ஆண்டுகள் கழித்து அவளைப் பார்த்ததும்..

"என்னவள்தானா அவள்"..என்று கண்களை நம்பாமல் பார்க்க..

சிலையாய் சமைந்து நிற்க..

ஒரு நொடி இமைக்க மறந்தான்..

தன்னவளைப் பார்த்ததும் பழைய உற்சாகம் அவனை தொற்றிக் கொண்டது ..அவன் இதயத்தில் மணி அடித்தது..முகம் மலர்ச்சி கண்டது..என்றும் இல்லாத சந்தோஷம் கரை புரண்டு ஓடியது அவனின் ரத்தத்தில்..உறைந்து நின்றான்..அவளது தோற்றம் கண்டு.. அதே உயரம்.மெலிந்த தேகம்.. அடர்த்தியாய் இருந்த கூந்தல்..மெலிந்து இருக்க..முகப் பொலிவும் சுத்தமாய் குறைந்திருக்க..மொத்தத்தில் பழைய உஷா அல்ல..

அவள் தன் மகளுடன் வந்திருந்தாள்..எட்டு வயதிருக்கும் அவள் மகளுக்கு.. மெல்ல ஜெயஸ்ரீயிடம்..காதில் கிசுகிசுத்தான்.. என்னை அவகிட்டே கூட்டிட்டுப் போ..ஜெயஸ்ரீ...

நா பேசணும் அவளோட.. அவள் திரும்பி முறைத்தாள்.. அவ உயரத்துக்கு நீ செட்டாக மாட்டே..ஒரு தடவையாச்சும் உன்னை கண்ணாடியில பாத்து இருக்கியா? நீ போ.. பிளீஸ்.. ஜெயஸ்ரீ அவளுடன் பேச்சுக் கொடுக்க,புன்னகையுடன் அவனும் அவர்களோடு சேர்ந்து கொண்டான்..இயல்பாக பேசியவன்..தன் மனதில் இருந்த எண்ணங்களை அவளிடம் கொட்டினான்..

ஏற்கெனவே அவளைப் பார்த்தது..ரசித்தது..என ஒன்று விடாமல்..கூற.. அவள் வியப்புடன் அவனைப் பார்க்க.. அவனோ..அவளின் கண்களை மட்டுமே பார்த்தான்.. பதினைந்து ஆண்டுகளுக்கு முன்னர் நடந்த நிகழ்வுகள் அனைத்தையும் அவளிடம் பகிர..வியப்பில் அவள் விழிகள் விரிந்தது..காதலுடன்

ரசித்தான் அவன்..அவளை... நீங்க சொன்னது நிஜம்..நானும் அதே ஏரியா தான்..கல்யாணமாகி.. ஒரு பொண்ணுதான்..கணவர் ஒரு விபத்தில் மூன்று வருடம் முன்னே இறந்ததை சொன்னவளின் முகத்தில் எதையும் அவனால் படிக்க முடியவில்லை.. அழைப்பிதழை அவளிடம் நீட்டி

" நீங்க கண்டிப்பா நிகழ்ச்சிக்கு வரணும்"

என்று சொல்ல..

அவள் ஆமோதித்தாள்..

கச்சேரியில்..அவளைக் கண்டவுடன் மகிழ்ச்சிப் பிரவாகத்தில்..அவன் கால்கள் அமர்ந்த நிலையிலேயே "தாண்டியா" ஆடியது..

துடிப்பும்,துள்ளலும் அவனை முற்றுகை இட்டது..

கரகரப்பிரியாவையும்..சன்முகப்பிரியாவையும் கையில் எடுத்தான்..அவளைக் கண்களுக்குள் நிறைத்துக் கொண்டு..

பத்து நாட்கள் கழித்து..இருவரும் சந்தித்தனர்.. நான் உன்னை கல்யாணம் பண்ணிக்க விரும்புறேன்..உனக்கு சம்மதமா? அவள் மௌனம் காக்க.. தொடர்ந்தான் அவன்.. உன் மேல பச்சாதாப்பட்டு இந்த முடிவு நான் எடுக்கல..என் ஓவியத்துக்கு நீங்க உயிர் கொடுத்த மாதிரி..என் இத்தனை வருட தவிப்பான காதலுக்கும் உயிர் கொடுப்பீங்க என்ற நம்பிக்கையில தான் இந்த முடிவ..நான் எடுத்தேன்.. பதினஞ்சு வருஷம் முன்னால பாத்து உன்னை விரும்பினேன் மனசுல..

அதே மனசு சொல்லுச்சு..உன்னைத் தவிர யாரையும் கல்யாணம் பண்ணிக்காத..அப்படின்னு".. எனக்கும் யாரையும் கல்யாணம் பண்ணிக்க விருப்பம் இல்ல..அந்த எண்ணம் எனக்கு வந்ததும் இல்ல.. சொல்லப்போனா..உனக்காகவே காத்திருக்கேன் நான்...என் உள் மனசு சொல்லுச்சு..

நீ என்னைத் தேடி நிச்சயம் வருவேன்னு .. அவன் அவளுக்காக எழுதிய கடிதங்களை, வரைந்த ஓவியங்களைக் காட்ட...அவள் கண்கள் குளமாகியது..நெகிழ்ந்து போனாள்.. கல்யாணமே வேண்டாம்ன்னு இருந்த நான்..பதினஞ்சு வருஷம் கழிச்சு ஏன் நான் உன்னை சந்திக்கணும்.. எப்படி நடந்துச்சு இது.. கடவுளோட செயல்ன்னு எடுத்துக்கலாமா.. கடவுளோட விருப்பமும் இதுதான்னா.. மனப்பூர்வமா உன்னை நான் ஏத்துக்கிறேன்..

சந்தோஷமா இருக்கு..உன் காதல் எனக்கு கிடைச்சா நா இன்னும் சந்தோஷப்படுவேன்..கிட்டத்தட்ட அவள் காலடியில் விழுந்து மண்டியிட்டு அழுதுவிட்டான்..அவன்.. அவனுடைய இத்தனை வருட காதலில், பரிதவிப்பில் கற்பூரமாய் கரைந்துதான் போனாள் அவள்.. அழும் அவனை..குனிந்து..தன் கைகளை அவன் கைகளோடு கெட்டியாய்ப் பிணைத்து கொண்டாள்.. அவனும்

தன் முகத்தை ஒரு குழந்தை போல் அவளுடைய உள்ளங்கைகளில் புதைத்துக் கொண்டான்..

கரையே இல்லை தன் காதலுக்கு...என்று நினைத்தவன் இன்று கரை சேர்ந்ததை எண்ணி..மகிழ்ந்தான்.. ஆனந்தக்கண்ணீர் இருவரின் கண்களிலும்.. அவளையும், அவனின் குழந்தையையும்..சேர்த்து நெஞ்சோடு அள்ளி..அணைத்துக் கொண்டான்.. மேலிருந்து..வாழ்த்தினர் அவனைப் பெற்றவர்கள்.."

டேய்..உஷாவை விட்டுடாதடா இனி" என்று.. தென்றலாய் அவன் வாழ்க்கைக்குள் அடி எடுத்து வைத்தவளை..இதயத்துக்குள் பாதுகாப்பாய் அதே காதலோடு அவளைப் பூட்டியும் வைத்தான் தமிழ்.. ஒரு நொடியில் காதலைத் தெளித்து விட்டுப் போனவள்..

ஒரு கட்டத்தில் மொத்தமாய் அவனிடமிருந்து காதலைப் பறித்தே சென்றவள்.. .அவளை அவன் பார்த்த அந்த நொடி "பொன்னான தருணம் "என்றால்..

அவளைக் கைப்பற்றிய இந்த நொடி.. முதல் தொடங்கும் அவர்களின் வாழ்க்கைப் பயணம்.. இனி என்றுமே முடிவடையாத இனிமையான பயணம் தான்..

இனி "பொற்காலம்" தான்..

13

இதுவும் காதலே

மழை இன்னும் தூறிக் கொண்டு இருந்தது

பால்கனியில் நின்று தூறலை ரசித்தவன்..

மனதில் இன்னும் அவளின் நினைவுகள் சாரல் அடித்துக் கொண்டிருந்தது

சாரா.. சாரா..

அவள் பெயரை உச்சரித்தான் மெல்ல..

இனிமையாகத்தான் இருந்தது நெய்யில் மிதக்கும் சக்கரைப் பொங்கல் போல

சிறகை விரித்தது அவன் இதயம்..மெல்ல..

தென்றல் வந்து என்னைத் தொடும் ஆஹா..சத்தம் இன்றி முத்தம் இடும்..

அந்த இனிய நாளை நோக்கி அடி போட்டது அவன் மனம்.. முதல் பார்வை...

முதல் தொடுகை.. முதல் உரசல்.. மூன்றும் முத்தாய் ஒரே நிமிடத்தில்..

யாருக்கு வாய்க்கும்..முத்தான இந்த சந்திப்பு.. வாய்த்ததே..

நம்ம அரவிந்துக்கு.. ஏ.கே..கல்லூரி வளாகம்.. அரவிந்த் மூன்றாமாண்டு

அவள்..சாரா..முதலாமாண்டு.. இருவரும் ஒரே துறையில்..

B.SC ., பயோ டெக்னாலஜி.. கல்லூரி நூலகம்.. அதன் நுழைவு வாயிலில்

இருவரும்.. ஒருவருக்கு ஒருவர் கதவுக்கு எதிர் எதிர் திசையில்.. அவன்

இழுக்க.. அவளோ மறுபுறம் இழுக்க..

இருவரும் கதவோடு சண்டையிட.. இருவரும் தீட்சண்யமாய் பார்க்க.. அவன்

விலகி வழி விட.. அவள் வேகமாய் திரும்ப,இடை வரை துள்ளி விளையாடிய

கூந்தல் அதே வேகத்தில் அவனை உரசி அவளின் முன் பக்கம் வந்து

விழ..கதவிடுக்கில் கால் இடற..அவன் மேலே மல்லிகைப் பூவாய் விழுந்தாள்..

அவளை தொட்டு நிமிர்த்த..

அவள் அவனை முறைத்து சென்று விட்டாள்.. இந்த மூன்று செயல்களும்

மூன்றே நிமிடத்தில்.. அவன் மனதில் அலையடித்ததோ..

முன்னூறு முறை..

பரஸ்பரம் முட்டி மோதிக் கொண்டதில் அவள் தன் காதலை அவனிடம் சொல்ல.. அரவிந்துக்கு தலை கால் புரியவில்லை..

மனமொத்த காதலர்கள் ஆனார்கள்.. இருவர் வீட்டிலும் சொல்ல..

பெற்றவர் புரிந்து கொண்டு சரி என்று ஒத்துக் கொண்டனர்.. ஆனால் அரவிந்தின் தாய்..ஜாதகத்தில் நம்பிக்கை இல்லாதவர் தான்.. பெண்ணின் குடும்பம் பற்றி அறிய..

நேர்ந்தவர் அதிர்ந்து தான் போனார்..சொந்தங்கள் ஏற்றி விட.. திருப்திக்கு பார்க்கப்பட்டது. பெண்ணுக்கு மாங்கல்ய தோஷம் இருக்கிறது என்றும்..பிள்ளைக்கு ஆகாது என்றும்..திருப்திகரமாக இல்லை என்று சொல்லப்பட்டதாலும்..

இந்த கல்யாணம் நடக்காது..அரவிந்த்..ஜாதகத்தின் மேல் பழி போட..

அம்மா..

இதுல எனக்கு உடன்பாடு இல்லைம்மா..

ஆனா எனக்கு இருக்கே..

ஒத்தப் பிள்ளைப்பா நீ..

என் ஆயுள் முழுக்க நீ வேணும்பா எனக்கு..

கொள்ளி போட நீ வேணும்ப்பா..பெற்றவள் அழ..

ஆனாலும் இருதலைக் கொள்ளி எறும்பாய் தவித்தவளின் மனம் ஊமையாய் அழுதது..

கனின் ஆசைக் காதலுக்குத் தானே சாவு மணி அடிப்பதை எண்ணி.. தாயை விட்டுக் கொடுக்க மனம் இன்றி.. மணம் முடித்தான் தாயின் விருப்பப்படி..தன் அத்தை மகளை.. அவள் நினைவுகளை அகற்ற முடியாமல் மழைத் தூறலோடு அவன் இதயமும் சாராவை எண்ணி அழுதது..

காதலியைக் கைப்பிடிக்க முடியவில்லையே என்று.. கண்ணால் சேதி சொல்லியவளை..

கண்களுக்குள் கருவிழியாய் உருண்டு கொண்டு இருப்பவளை.. உயிரில் அமுதமாய் உருகிக் கொண்டு இருப்பவளை.. அவளின் உயிருக்குள் ஆசையாய் கரைந்து விட துடிப்பவனுக்குள்.. உறைந்து விடவும் சித்தமாய் இருப்பவனுக்குள்.. டேய்..

அரவிந்து உன்னை எங்க எல்லாம் தேடுறது..வாப்பா.. அவன் நினைவுகள் கலைய.. ஆம்.. இன்று அவனுக்கு சாந்தி முகூர்த்தம்.. சாந்தியின்றி..சாரல் போல வந்த சாராயின்றியே..அவனின் வாழ்க்கை..ஆரம்பம்.. மறுநாள்.. விடிந்தது.. அவன் கீழே இறங்கி வந்த நொடி..

திருமணத்திற்கு வந்த சொந்தங்கள் அலறல் சத்தம்.. அவன் தாயின் விழிகள் இரண்டும் நிலை குத்தி இருந்ததை கண்டான்.. அம்மா..மா..மா.. பெரும் குரல் எடுத்து அழுதான்.

அவருடைய கண்கள்..மன்னிப்பு கேட்பது போல.. எதையோ உணர்த்துவது போல் இருந்தது.. பாவம் அந்த தாய் எப்படி சொல்வார் அந்த உண்மையை.. ஆம்..தான் படித்த காலத்தில் காதலித்தவரின்..மகள் தான் சாரா என்று.. இதே தோஷம் என்று காரணம் காட்டி பிரிக்கப்பட்ட..

சிதை மூட்டப்பட்ட..அவர்களின் காதல் மீண்டும் ஒரு வட்டத்தில் இணையும் போது..உறவுகள் விரிசல் காணுமோ? மகனின் காதலை ஏற்றுக் கொள்ள முடியாத நிலைக்குத் தான் தள்ளப்பட்ட கொடுமையை எப்படி சொல்வார்..தன் மகனிடம்..

மகனின் காதல் வாழ்க்கைக்குத் தானே ஓர் முட்டுக்கட்டையாக இருந்து விட்டோமே என்ற ஆதங்கமே..அவரின் உயிரைப் பறித்தது.. காதலுக்கான பயணங்கள் முடிவதில்லை எப்போதும்..

முடியும் தருணங்களிலும் தொடரும் காதல் பயணம்..

சொல்ல முடியாத

அழிக்க முடியாத

சில உண்மைகள் மட்டுமல்ல..

உயிரை உருக்கும் நேசங்களும்

புதைக்கப்படுகிறது மண்ணில்

சிதைக்கப்படும் உணர்வுகள்

என்பதுதான் கேள்விக்குறி..

14

பெருந்தன்மை

நந்தினி என் அருகே உறங்கிக் கொண்டிருந்தாள்

என் மனைவி அவள்..

நிலவைப் போல இருந்த அவள் முகத்தை உற்றுப் பார்த்தேன் களங்கம் இல்லை துளியும்..

துடைத்து வைத்தது போல இருந்தது..

அப்போது அலைபேசியில் ஒரு குறுஞ்செய்தி வந்தது..முகநூலில் இருந்து மூர்த்தி பார்த்தான் யாரென்று.. தெரிந்த நபர் இல்லை காத்திருந்தான்.

தான் யார் என்பதை அறிவித்த உடன் "உங்களுக்குத் திருமணம் ஆகி விட்டதாக கேள்விப்பட்டேன்..but i still miss you!!" என்று அவள் டைப் செய்து அனுப்பினாள்..

அச்செய்தி பார்த்தவுடன் தெரிந்து விட்டது யார் என்று அவனுக்கு.. உடனடியாக அவனின் கவனத்துக்கு வந்தாள் அவள்.. அவள்.. லக்ஷிதா... கல்லூரி தோழியாகி..காதலாகி.உடலாகி..உயிராகி..

அவனுடையவள் ஆனாள்..படிக்கும் போது..ஒரு நிர்ப்பந்தத்தால்..நந்தினியை திருமணம் செய்தான்..

அவளுடன் முதலில் நட்பாக பழகிய நாட்கள் நிகழ்வுகள் அவன் நினைவுக்கு வந்தது..ஒரு குறுகுறு ப்புடன்..உரையாடலை அலைபேசியில் தொடங்கும் முன் நிர்மலமாய் உறங்கும் அவன் மனைவியின் முகம் பார்த்தான்..

பார்த்து கொண்டே அவளுடன் உள்பெட்டியில் உரையாடலை தொடர்ந்தான்.. இரண்டு நாட்கள் முன் இருவருக்கும் ஒரு சின்ன ஊடல்...அவன் அவளிடம் பேசுவதை தவிர்த்து விட்டான்.. பிரச்சினை இதுதான்.. மணமாகி மூன்றே மாதங்கள் ஆன நிலையில்.. அன்று இருவரும் வெளியில் செல்லலாம் என்று கிளம்ப..நேரே ibaco அழைத்து சென்றான்..

அங்கே இருவரும் பனிக்கூழை ரசித்து ருசிக்க.. அப்போது அவளுடன் படித்த..சக பள்ளி மாணவன்.. ருத்ரன்..அவளைக் கண்டதும்.. ஹாய்..என சகஜமாய் பேச..

மூர்த்தியின் முகம் அஷ்ட கோணலாகியது நீ பேசிட்டு வா..என்று கூறியவன்..இரவு நேரத்துடன் வீட்டுக்கு வந்து விட்டான் வேறெங்கும் அழைத்து செல்ல மனமின்றி..

அவளுக்கு ஏமாற்றம் மிஞ்சியது..இருந்தும் கேட்டுக் கொள்ளவில்லை.ஊடலும் தீரவில்லை..

இன்னும் முகம் கொடுத்து பேசவும் இல்லை..அவள் அவனுடன் பேசிய போதும் கோபம் தீரவில்லை மேலும் பேச நெருங்க..பயத்தில் விலகினாள்.. தன் பிறந்த வீட்டு உறவுகள் நினைவுக்கு வர..கண்களில் அழுகை முட்டி நின்றது.. அவர்களின் பாசம்..அன்பு அவளை எதோ செய்தது.

.அதை அவனிடம் எதிர்பார்த்து நின்ற போது..மனம் வலித்தது.. தான் யாரோ என்பது போல உணர்ந்தாள்...பேசாமல் இருந்தது இல்லை யாரிடமும்...

இது கூட பரவாயில்லை...

அவனின் பாராமுகம் அவளை என்னவோ செய்தது..

இந்த மூன்று மாதங்களில் அன்பு மழையில் நனைய செய்தவன் தன் இந்த மூர்த்தி.. பிற ஆண்களிடம் பேசுவது அவனுக்கு பிடிக்காது என்று தெரிந்து இருந்தால்...

பேசி இருக்க மாட்டாள்..இத்தனைக்கும் அவள் அதிகம் பேசவில்லை..

அவன் தன்னிடம் பேசவில்லை என்றாலும் அவனுக்கான பணிவிடைகளை சிரத்தையுடன் செய்தவள்..பேச மட்டும் பயந்து..ஒடுங்கி போய் இருந்தாள்..அவள் செய்த தவறு தான் என்ன.. எப்படி புரிய வைப்பது தன் கணவனுக்கு.. நினைக்க நினைக்க வலித்தது அவளுக்கு..

மௌனமாய் இரு நாட்கள் மேலும் கழிய அன்று இரவு.மேலும் அவளின் அழைப்பு..அவன் மனைவியோ உறக்கத்தில்..

பழைய நட்பை புதுப்பிக்கும் ஆசையில் அவன் அழைப்பை ஏற்க..

அவள்..

" எப்படி இருக்கீங்க"?

ம்ம்.. தூங்கலையா?

அவ தூங்கிட்டு இருக்கா..

சண்டையா?

அப்படி இல்ல..

பொய் சொன்னான்..

முதல் முறையாக ம்ம்..

உங்களை சந்திக்க ஆசை..

எனக்கும் தான்.. எப்போ பாக்கலாம்..

ஒரு இடம் சொல்லி..

அங்கே வந்திரு..அஞ்சு மணிக்கு..

ஓகே.. ஓகே.. டொக்..

பால்கனியில் நின்று அமைதியான சூழலை..ரோஜா செடியின் அசைவில்..குளிர்ந்த காற்றில்..நிலவின் அழகை..தன் தேகம் தீண்டி உரசி செல்லும் இம்சையானவளின் காதல் நினைவுகளோடு..

சத்தமின்றி உறங்கும் தன் மனைவியின் முக வாட்டத்தை நிலவோடு ஒப்பிட்டு ரசித்தான்..இல்லை ரசிக்க முயற்சித்தான்..

ரசனைக்கு உரியவளோ..கண்மூடி உறங்கிக் கொண்டிருந்தாள்..ஆனால் உள் மனம் ஏனோ விழித்துக் கொண்டு தான் இருந்தது.. உறங்குவேனா என்று..

ஆம் அவளின் மனம்..பின்னோக்கி தன் தாய் வீட்டை அல்லவா..ஆக்கிரமித்துக் கொண்டு இருந்தது.. விடிந்தால் திருமணம்.. அக்கா..நீ கல்யாணம் பண்ணிட்டு போய்ட்டா..

நான் யாரோட சண்டை போடுவேன்? இது தங்கை.. அப்படியே போய்டுவேனா உன்னை விட்டு..வந்து சண்டை போடுவேன்..இருவரும் சிரிக்க..

இங்கே என்ன சிரிப்பு?அடுப்பிலே பால் காய்ந்து..பொங்கி போறாப்ல இருக்கு..துணி கொடியில போடணும்..வேலை எல்லாம் அப்புடியே கிடக்க..இங்கிட்டு கும்மாளம் போட்டுட்டு இருக்கீங்க.. பொறுப்பில்லாம.. போடி..போயி வேலையே பாரு..என்று அம்மா துரத்த..

இப்பிடி கண்டிப்புடன் பாசத்தை காட்டும் அம்மாவை விட்டு எப்படி இருக்கப் போகிறோம்..என்று கண் கலங்க..அதற்குள் அப்பா..அருகே வந்து..என் செல்லம்மா..

அடுத்த வாரம் கல்யாணம்..இந்த நகைங்க எல்லாம் சரியா இருக்கா?

பிடிச்சிருக்கா பாருடா..என்று சொல்லி எப்பவும் நீ...சந்தோஷமா இருக்கணும் ராஜாத்தி..என்று உச்சி முகர..

அப்பாவும் மகளுமாய் ஒரு சேர கண் கலங்க.. ஏண்டா இப்பிடி பொம்பள புள்ளைய செல்லம் குடுத்து கெடுக்குறவன்.."என் பேத்திடா அவ..போற இடத்தில தங்கமா ராணி போல அவளைத் தாங்குவாண்டா..என் பேரன்" என்று சொல்ல..

அப்பத்தா..உங்க எல்லாரையும் விட்டு போக புடிக்கல..அப்பத்தா..நா இங்கேயே இருக்கேன்..உங்களோட காலம் பூரா..சொல்லுங்க அப்பத்தா.. அப்பாக்கிட்ட..

கல்யாணம் வேணாம் ன்னு சொல்லு அப்பத்தா..என்றவள் அழ.. அடியேய்..ஏன் இப்பிடி அழறவ..என் பேத்தி..என்னைப் போல கம்பீரமா

இருக்கோணும்..உன் புள்ளைகள...உன்னைத் தூக்கி கொஞ்சின இந்த கையால தூக்கி கொஞ்சனும்டி..என்ன..பெத்துக் குடுத்துறுவ இல்ல..

அய்யோ..என் பேத்திக்கு வெக்கத்தப் பாரு.. அப்பு..கன்னம் எல்லாம் செவந்து போச்சுடா அவளுக்கு..என்று பாட்டியும்,அவளும் சந்தோஷத்தில் அழ..என்ன அங்க கூத்து நடக்கு..என்று அவளின் சகோதரன் கையில் தூக்க முடியாத அளவுக்கு கல்யாண வைபோக துணிமணிகள்..அவளுக்கு வேண்டிய இதர பொருட்கள் என்று மொத்தமாய் வாங்கி வந்து அவளை அழைக்க..அவளைக் கட்டிக் கொண்டு " இது என் செல்லக்குட்டிக்கு கல்யாண பரிசு..என்று அவளை கட்டி அணைத்து பாச மழை பொழிய ..

அங்கே அன்பு வெள்ளம் கரைபுரண்டு பெருக்கெடுத்து ஓடியது.. இப்படி பாசம் காட்டும் தம் குடும்பத்தை விட்டு எப்படி பிரிந்து இருப்பது புகுந்த வீட்டில்..என்ற எண்ணம் தலை தூக்கியது..அழுகை பெருகியது ..மனதில் ஓடும் இந்த காட்சிகள் கண்களில் விழ..திரையாய் கண்ணீர்த் துளிகள்..

தலையணையை நனைக்க..அப்படியே உறங்கிப் போனாள்..மீண்டும்.. மறுநாள் இருவரும்.. சொன்ன இடத்தில் சந்தித்தனர்.. மகிழ்ச்சிக்களை அவன் முகத்தில்..இருவரும் தமது கல்லூரி கால நினைவுகளை புரட்டி பேசிக் கொண்டிருந்தனர்..நேரம் போவது தெரியாமல்..

சரி பிறகு பார்ப்போம்..என்று அவளின் கைகளைப் பிடித்து சொன்னான்..அவளைக் காதலியாக நினைத்து..பழைய உறவை புதுப்பிக்க எண்ணி... போலாமா லஷி..சிரித்துக் கொண்டே ஒருவன் அவர்கள் எதிரில் நிற்க.. ஹ்ம்ம்.. போலாமே..என்று அவள் தலை ஆட்ட..

மூர்த்தி திரு திரு வென்று முழித்தான்.. ஹலோ..மூர்த்தி..இவரு என் கணவர் வினோத்..மொபைல் பிசினஸ்.. ஹாய்.. கிளாட் டூ மீட் யூ..

இருவரும் கைகுலுக்க.. என்ன மூர்த்தி..ஒரு மாதிரியிருக்க..என்னாச்சு..

ஒன்னுமில்ல.. நாம ரெண்டு பேரும் மீட் பண்றது அவருக்கு தெரியுமா? ஓ..தெரியுமே..உங்களை பத்தி நிறைய சொல்லி இருக்கேன்...

இன்னிக்கு நா என் பழைய சினேகிதனை பார்க்க போறேன்னு சொன்னேன்..சரி போய் பாத்துட்டு வா..நானே வந்து உன்னை பிக் அப் பண்ணிக்குறேன்னு...

அப்படீன்னு சொல்லி என்னை இங்கே விட்டுட்டு போனார்..

ஓகே.. பை..பை..மூர்த்தி..

வினோத்.. மூர்த்தியிடம்.."

எங்க வீட்டுக்கு அவசியம் ஒரு நாள் விருந்துக்கு வரணும்.உங்க மனைவியையும் கண்டிப்பா கூட்டிட்டு வரணும்.. என்ன மூர்த்தி.. யோசிக்குறே.. ஹாங்..sure..கண்டிப்பா வரோம்..

இருவரும் சிரித்தபடி செல்ல..மூர்த்திக்கு இதயம்..சில்லு சில்லாய் சிதறிப்
போனது சிதறு தேங்காய் போல.. பெருந்தன்மை..

தன்னிடம் ஒரு சதவீதம் கூட இல்லையே என்று உள்ளுக்குள்ளே
குமுறினான்..தேவை இன்றி தன் மனைவியை கடிந்து கொண்டோமே என்ற குற்ற
உணர்ச்சியில் தவித்தான்..

தனது நடத்தையை எண்ணி அவமானத்தில் கன்றிப் போனான்..வினோத்தும்,
லஷிதாவும்..அவன் மனதில் உயர்ந்து நிற்க..

பொறுமையின் வடிவமான தன் மனைவியின் முகம் ஒரு முறை அவனை
அசைத்து விட்டு சென்றது..

வீட்டுக்கு சென்றதும் முதலில் நந்தினியிடம் மானசீகமாய் மன்னிப்பு கேட்க
வேண்டும் என்று வேக வேகமாய் அவ்விடத்தை விட்டு வெளியேறினான்..

15

பிரசவம்

வீணா...நிறைமாத கர்ப்பிணி

முழுதாய் எட்டு மாதங்கள் முடிந்து..ஒன்பதாம் மாதம் தொடக்கம்..

ஒவ்வொரு மாதமும் கருவுடனே அவளது கனவும் வளர்ந்தது பிறை நிலவாய்..

அவளின் புகுந்த வீட்டு உறவுகளோ..

மூட நம்பிக்கையில் உருண்டு கிடப்பவர்கள்..

கணவனும் விதிவிலக்கல்ல..

பிள்ளை பரணி இல தான் பிறக்கணும் ஆமாப்பா..

பரணி தரணி ஆளுவான்..

சும்மாவா சொன்னாங்க.இது வீணாவின் அத்தை கோட்டை கட்டுவான்..

இது அவளின் மாமனார்.. சிவம்..

அதால..அந்த நட்சத்திரம் என்னிக்கு வருதோ..

அன்னிக்கு தா நம்ம பேர புள்ளையும் பிறக்கணும்..

என் புள்ள ராஜாவா வருவாம் பா.. என் ராசா..

அப்படியே ஆகட்டும் பா..

ஒருவர் மாற்றி ஒருவராக பேசிக் கொள்ளும் வசனங்கள் இவை..

இதைக் கேட்டு கேட்டு அவள் காதுகள் புளித்துப் போயின..

அதை விட அவளின் பயம்..

தானாக அடி வயிற்றைத் தொட்டு மீண்டது

கன்னுக்குட்டி.என் செல்லமே..வயிற்றைக் கட்டி கொண்டு அழுதாள்..மனதுக்குள்..

யாரும் தன்னை புரிந்து கொள்ள முடியாமல் போனாலும் கட்டியவன் தன்னை புரிந்து கொள்ள வில்லையே என்ற ஆதங்கத்தில்..

வெம்பித்தான் போனாள்..உள்ளுக்குள் விழுங்கவும் முடியாமல்..வெளியில் சொல்லவும் முடியாமல்.. தன்னைத் தான் நொந்து அழுதாள்..எத்தனையோ முறை எடுத்து சொல்லியும் கேட்கவில்லை அவள் கணவன்..

பெற்றவள் இல்லை அருகில்..தாய் இருந்தால் தன் நிலை இப்படி ஆகி இருக்குமோ.."

அம்மா விவரம் தெரிஞ்ச நாள் முதல் உன்ன நான் பாத்தது கூட இல்ல ..உண்மையிலேயே நான் உனக்கு மகன்னா என்னைக் காப்பாத்துமா" என்று விண்ணை நோக்கி கும்பிட்டாள் வீணா..மனதின் இறுக்கமும்,முகத் தெளிவின்மையும் அவளை என்னவோ செய்தது..

தாயின் வயிற்றில் இருந்த சிசு..அமைதியாய் இருக்க.. வீணாவின் மனமோ கலவரம் அடைந்தது..இரவில் நிம்மதியாய் உறங்க முடியாமல் தவித்தவள்.. எப்போது தனிமை கிடைக்கும் என்று எதிர்பார்த்து காத்திருந்தாள் தன் கணவனுடன் மனம் விட்டு பேச.. இரண்டு நாட்கள் சென்றது..

அலுவலகம் சென்ற கணவன் முக வாட்டத்துடன் வந்து சோபாவில அமர்ந்தான்..சிந்தனையோடு.. "என்னங்க".. பதில் இல்லை..

என்னங்க..

அவன் தோள் பட்டையில் இடித்தாள்..

ஹ்ம்ம்.. என்ன யோசனை..

தன் மனைவியின் முகத்தைப் பார்த்து..

முகம் சுருக்கினான் என்ன ஆச்சுங்க..

ஏன் இப்படி முகத்தைத் தொங்க போட்டு இருக்கீங்க...

சொல்லுங்க..

ஒண்ணும் இல்லடி..

இப்போ சொல்லப் போறீங்களா?

இல்லையா?

என் கூட ஆபீஸ்ல ஒண்ணா வேலை பாக்குற கதிரவனோட..

என்று சொல்லி விசும்பி நிறுத்தினான் அழுகையின் ஊடே.. என்னாச்சுங்க.. அவன் பொண்டாட்டி..மீனா..செத்துப் போய்ட்டாளாம்..

என்னங்க..சொல்லுறீங்க..

ஆமா..வீணா.. போன வாரம் தானே அவள ஆஸ்பித்திரில பாத்து பேசினோம்.. ம்ம்.. அதுக்குள்ளே..எப்படி.. நேத்து பிரசவம் பாக்கையிலே.. ஆஸ்பித்திரில..

தப்பான மருத்துவம் குடுத்தாங்களா.. இல்லடி.. பயந்து போய்..கலங்கியவனின் கண்கள் நீரை தாரை தாரையாய் கொட்ட.. அவள் பதறிப் போய்.. ஏங்க அழுறீங்க.. நீ என்னை விட்டுப் போய்யிடுவியா..வீணா..அவள் மார்பில் புதைந்து

கதறி அழத் தொடங்கினான்..

அவனைத் தன்னோடு இறுக்கி அணைத்துக் கொண்டு " சத்தியமா இல்லைங்க"..நீங்க நான் நம்ம புள்ள.."

எல்லாரும் ஒண்ணா சந்தோஷமா இருப்போங்க..நம்புங்க..அழாதீங்க.. கண்களைத் துடைத்தவாறு சொல்ல ஆரம்பித்தான்..

டாக்டர் குறிப்பிட்ட பிரசவ தேதிக்கு முன்னாடி வர்ற நாள் எல்லாம் அஷ்டமி மரண யோகம் அப்படின்னு வருதாம்.. அதுக்கு பின்னாடி வர்ற நாள் நல்லா இருக்கு ன்னு சொல்லி..அந்த தேதிக்கு ஆபரேசன் பண்ணி எடுங்கன்னு சொல்லி இருக்காங்க .

அந்த டாக்டர் ஒத்துக்கலையாம்.. அதனால பக்கத்து கிராமத்துல போய்..பிரசவம் பார்க்க..மழைல.. நிறை மாச கர்ப்பிணி அவ நெனைஞ்சு ஜன்னி கண்டு தாயும் சேயுமா..பிரசவத்துக்கு முன்னாடியே..அழுது கொண்டே சொல்ல.. ஏங்க..உங்க பிரெண்டு படிச்சவங்க தான..

சுத்த முட்டாதனமா நடந்துக்கிட்டு..சே..என்ன ஜென்மங்கள் இவங்க.. பிரசவம் என்கிறது ஒவ்வொரு பொண்ணுக்கும் பெரிய எதிர்பார்ப்புங்க..மறுஜென்மம் எடுத்து தான் வரணும் என்கிற விஷயம்..உயிரைக் குடுத்து ஒரு உயிரை வெளியே கொண்டு வர்றது அவ்ளோ சாதாரண விஷயம் இல்லைங்க..இருந்தும்..

உயிரை பணயம் வெச்சு புள்ளைய பெத்துக்கிராங்க..தன் குடும்பத்துக்கு ஒரு வாரிசை உலகத்துக்கு கொண்டு வராங்க.. படிச்சவங்களா இருந்தும் இப்படி புத்தி கெட்டத் தனமா..

பிரசவம்ங்கிறது இயற்கையா பெண்ணின் உடலில் நடக்குற மாற்றங்கள்..இயற்கையா நடக்குற சில விஷயங்களை செயற்கையா மாத்த நினைச்சா..

எப்புடிங்க..அப்புடி மாத்த நினைச்சா..

உயிர் சேதமும் பின் விளைவுகளும்..

இப்படித்தான் இருக்குங்க..

இன்னும் எத்தனை காலத்துக்கு..

நல்ல நேரம்..ஆம்பள புள்ள..ஜாதகம்..அப்படின்னு மூட நம்பிக்கையில உருண்டு கிடப்பாங்க..

இந்த நிலைமை மாறணும்க..

ஒரு உயிர் எப்போ வெளியே வரணும்..

எப்போ போகனும் எங்கிறத கடவுள் அதாங்க..

நமக்கும் மேல ஒரு சக்தி இருக்குங்க..

எதுவும் நம்ம கையில இல்லைங்க..நம்பிக்கை மட்டும் நமக்கு இருந்தா போதும்ங்க..

வாழ்க்கையை ஜெயிக்கலாம்ங்க..

அவளின் வார்த்தைகள் சுருக்..கென்று மனதைத் தைக்க..

வீணாவின் கணவன் வெட்கித் தலை குனிந்தான்..தான் செய்ய இருந்த தவறை உணர்ந்தவன் மானசீகமாக தன் மனைவியிடம் மன்னிப்பு கேட்டான்..

என்னை மன்னிச்சிடு..வீணா..இப்படி செய் அப்படின்னு எனக்கு சொன்னதே அவன் தான்..கடைசியில அவனுக்கே அப்புடி நடக்கும்ன்னு நான் எதிர்பாக்கல..

நான் அப்படி நடந்துக்குனேன் நினைச்சு வெக்கமா இருக்கு..

வீணா.. நினைச்சு..

இத்தனை பெரிய ஆபத்து இதில் இருக்கிறது..தன் மனைவி..மற்றும் குழந்தையின் உயிரோடு விளையாடி இருக்கிறோம் என்பதை உணர்ந்தவன்.. நாம இன்னிக்கே டாக்டரை பார்த்து..பேசி..பிரசவம் நார்மலா நடக்க.. கன்சல்ட் பண்ணுவோம்.

." நீயும்,நம்ம புள்ளயும் எனக்கு வேணும் எப்பவும்"..கண்டிப்பா அதற்கான முயற்சிகளை எடுப்பேன்..செய்வேன்..வீணா..உனக்கு பக்க பலமாவும் இருப்பேன்..

ஒரு பக்கம் மனம் துயரம் அடைந்தாலும்..இன்னொரு பக்கம் கணவன் மனம் மாறியதில் மகிழ்ச்சியடைந்தாள்.. வீணா..